மனதில் வளர் மதிக்கொழுந்து

மனம் என்னும் மேகத் திரை கிழித்துத் துளிர்த்துச் சிரிக்கும் வெண்கொழுந்து

நரேந்திரன்

ISBN 979-888521305-9

பொருளடக்கம்

பொருளடக்கம்

பொருளடக்கம்

பொருளடக்கம்

பொருளடக்கம்

பொருளடக்கம்

பொருளடக்கம்

பொருளடக்கம்

பொருளடக்கம்

முன்னுரை

மொழி கற்றதனால் மனதில் ஏற்படும் அதிர்வலைகள் பலரும் வாழ்வு இட்டுச்செல்லும் விசையில் கண்டுகொள்ளாமல் விட்டுச் செல்பவையே. அவ்வாறான அதிர்வலைகளின் போக்கைச் சற்று நுண்மையாய் நோக்கி, நினைவிலே தேக்கினால் அலைகள் அடங்கத் தொடங்கும், அந்த அமைதித் திரையைக் கிழித்துக் கொண்டு கவிக்கொழுந்து முளைக்கும். அப்படியாகத் தமிழாசிரியர்கள் தாம்சுவைத்து எனக்கு ஊட்டிய தமிழமுதின் பயனால் என் மனத்துள் மலர்ந்த கவிகளின் தொகுப்பே இந்நூல். இது எனது முதல் கவித்தொகுப்பு ஆதலால், தலைப்பேற்றுத் தாயின் மன ஓட்டமே எனதாகிறது. எனது எழுத்துகளைக் கவிதையாக அங்கீகரித்து, பொருளுணரப் படித்து, மனமார மெச்சும் நல்மனங்களின் ஆசியினாலன்றி, என் முயற்சியினால் இந்நூல் ஆக்கம் பெறவில்லை. நீங்களெல்லாம் சேர்ந்து என்னை நூலெழுத வைத்திருப்பதை நினைத்தால், மாணிக்கவாசகர் சொன்னதுபோல் "நம்மையும் ஓர் பொருளாக்கி நாய்ச்சிவிகை ஏற்றுவித்து அம்மையெனக்கு அருளியவாறு ஆர்பெறுவார் அச்சோவே!" என்னும் வாசகமே உள்ளோடுகிறது.சிறியேனின் சொல்லில், பொருளில், கருத்தில் பிழையிருந்தால் மன்னித்தருளுங்கள். இந்நூலில் பிழைகளைக் களையப் பெரிதும் உதவியாற்றிய எனது தமிழாசிரியர் முனைவர்.திரு.சிவக்குமார் அவர்களுக்கும் முனைவர்.திருமதி.வனிதா அவர்களுக்கும் திருமதி.வரலக்ஷ்மி அவர்களுக்கும் எனது மனம் நிறைந்த நன்றி. நிறைவாக, இந்தப் புத்தகத்தைப் படிக்கத்

திறந்த உங்களுக்கும் எனது நன்றி. முடிவில் உங்கள் மனத்தில் ஏதோ ஒரு மூலையில் சிறு அதிர்வினை என் எழுத்துக்கள் ஏற்படுத்துமேயானால் புத்தகத்தின் பயன் முற்றியதாய் மகிழ்வேன்...

தரணியில் தமிழ் தழைத்தினிது ஓங்குக!

அன்புடன்,
நரேந்திரன்

1. ஆட்டம் போடும் தேரு நிறுத்த ஆள் தேடு

ஆடிவருந் தேரு- தெருவைத்
தேடி ஓடிவரும் பாரு.
கூடித்தேர் வடமிழுக்க- அங்கு
அசையாத் தேர் விசையா வரும்.
விசைதான் கூடயிலே - அங்கு
முட்டுக்கட்டை இடவில்லையோ...
இழுத்த சனம் முதற்சாகும்!

ஐம்பொறியும் கூட்டுச் சேர்ந்து
மனிதனெனுந் தேரிழுக்கும்
உயரம்பார்த்து ஊரே உச்சுக்கொட்டும்.
தக்க இடத்தில் தடுக்கலையோ...
தடுக்க ஆள் நாம் தேடலையோ...
கும்பிட்ட கை கல்லெடுக்கும்.
வாழ்த்திய வாய் வசை சொல்லும்.

போகும் வேகத்தில் பாவித்தல் அரிது...
தேரைச் சாயாது நிலை சேர்க்கவல்ல
தேர்ந்தவரோடு சேர்ந்துகொள்!

2. சோதித்துப் பார் சுவாசமே

மூச்சுக் காற்றைப்போலச்
சோராது சேர்ந்திருந்தும்
சேர்க்கை நல் மதிப்பு வழங்கவில்லையா?
மூச்சே ஓ உயிர்மூச்சே - உன்
உன்னதத்தை உணர்த்திவிட
ஒருகணம் சிறு சர்ச்சை செய்.

சிந்தையில் வை சுவாசமே
சற்றென்று சரீரம் சேர்ந்துவிடு.
இல்லையேல் இனிதே நீ புகுந்தாட
புலன்கள் இனி இசையாது.
உன் இருப்பை உணர்த்து போதும்
இரும்புமனங் கொண்டு ஏங்கச் செய்துவிடாதே!

இயலாதெனில் அவ்வப்போது தழுவும்
தென்றலாய்த் திரித்துக்கொள்
அதற்கே இங்கு அதிக மதிப்பு.

3. என்னை மன்னித்து விட்டகல்வாய்

என்மேல் படர்ந்த பசுங்கொடியே
உன்னலத்துக்காய் நீயணைத்த
கனிமரம் பேசுகிறேன் பிள்ளாய்....
தாங்குவாரில்லாது தள்ளாடினாய்
தவழ்ந்து மெல்ல மேலேறினாய்
தவறிப்போய் என் தனிமைத் தகையாற்றினாய்.

உன்னை அறுத்து விடுவார்கள் என
பூவைக் கனிவிக்காது உதிர்த்தேன்...
அடியுரமாயும் உனக்காகும் எனச் சிலிர்த்தேன்!

நான்குபேர் என் நிழலில் நின்று பேசியது கேட்டாயா...
நாளை நான் சாயவிருக்கிறேன்.
நாலுதளிர் விட்டபிள்ளாய்
நானுனைக் காக்கத் தவறினேன்
எனை நீ மன்னிப்பாயா?
உன் தழுவுதலுக்கு நான் தகுந்தவனன்று...
மன்றாடுகிறேன் என்னை விட்டகல்வாய்!

4. நீங்காதே நெருக்கமே

நெடுநாளாய் நெருங்காத நெருக்கமே...
நெடுந்தூரம் நான் நகர்ந்ததாய்
நினைந்து நெருங்காமல் இராதே!
கூப்பிடும் தூரத்திலே - நீ
கூப்பிடுவதற்கே காத்துள்ளேன்.

அகந்தையெலாம் அல்ல அன்பே...
தன்மானம் தாக்குண்டு போகுமே!
அச்சம்- அதை நீ அறிய மாட்டாய்...
இரண்டாம் பட்சம் ஆனபின்னே
பித்துரிமை காட்டிவிட்டால்
பிரியக் காரணமாகுமே என்ற பயம்.

என்றுமே உன்னை முதலாளாய்
முன்னின்று வரவேற்க - என்
மனவாயில் மலர்ந்திருக்கும் மறவாதே!

5. கொட்டாத தேனீக்கள்

"அவன் எதையோ கிறுக்கிட்டு கிடக்கிறான்" என்பவர்களுக்கு...
எண்ணச்சிதறலை எழுத்தாய்ப் பிடிக்கும்
சொற் பித்துகளுக்கு இதெல்லாம் புதிதல்ல...

முதிர்ந்தும் மதலை நீங்காது
சைகையொன்றையே நம்பும் ஊமையர்போல்
எங்களுக்கு எழுத்தல்லாது
பேசிட வேறு மொழியில்லை.
எங்களைக் கொஞ்சம் பொறுத்துக்கொள்ளுங்கள்!
ஆனால் ஒன்று...
தேனீயின் துன்பத்தை நீங்கள்
தேனென நக்குவதுபோல்
எங்கள் கண்ணீரையும் நீங்கள்
கரும்புபோல் இரசிக்கலாம்...
கொட்டிவிட மாட்டோம்.
சொல்லும் அன்பும் உணர்வுமன்றி எங்களிடம் கொட்ட வேறில்லை.

6. காயும் முன் பார் கடைக்கண்ணே

கவி எழுதத் தொடங்கிய பின்
சொல்லுக்காய்த் தவமேற்றும் கவிஞன்போல்
காதல் வந்து கலக்கிய பின்
கண்டு தெளிந்து கொள்வோமென- நீபோகுந்
தடமெல்லாம் பூத்திருந்தேன்...

கண்கள் போரிட்ட நாள்முதலாய்
எண்ணத்தில் அமைதி இல்லையடி.
தண்ணொளிர் தளிர் மதியும்,
ஈரமாய்த் தழுவும் தென்றலும்
எரியும் தீயில் எண்ணெய் ஊற்றுதடி.

கொலுசு திருத்தக் குனிந்தபோது
கொஞ்சம் நீ திரும்பிப் பார்த்திருந்தால்
அமைதித் தூது விடுத்திருப்பேன்,
அறிந்தும் அதை நீ ஆற்றவில்லை.

கண்ணீரைக் குடித்து நானும் பூத்திருக்கிறேன் -அதுவும்
காய்ந்த பின்பு என்செய்து காத்திருப்பேனோ!

7. அகழ்வாரைத் தாங்கும் நிலம் போல

அழுக்கை விழுங்கி-அகழ்ந்தவருக்கே
அலராய், காயாய், கனியாய்
அமுதினை அள்ளி இறைத்து
அடிகீழ் அமையும் நிலம்...

அகிலத்தில் சிலமனங்களும்
மண் குணத்தைத் தனதாக்கும்.
அகம்நோக அகழ்வார்க்கும்,
அங்கம்நோக உழுவார்க்கும்,
அழுக்கைத் தன்மீது சுமத்தும்
இழிகுறி மாந்தர்க்கும்
அம் மனம் அமுதும் அளித்து
அன்பால் அவரடிகீழும் கிடக்கும்.

ஆடகம் அருந்துதற்கு ஒவ்வாது...
ஆனால் மண்ணின்றி உயிரே அமையாது,
எதற்கு இங்கு மதிப்பு?
இதையறிந்தும் தாங்கும்
மண்போலே அம் மனங்கள்...
ஆண்டவனே பணித்தாலும்
அந்நெஞ்சங்கள் நஞ்சு நல்கா.

8. கருத்தும் கண்ணகியும்

சிலம்பிலே கண்ணகி
மதுரையை எரித்தது தவறென்பர்
பரந்தமனத்துப் பொதுநல வாதியர்...
உமது உற்றாரை உயிராரைப்
பொய்க் குற்றங் கட்டிக் கொல்லையிலே
கைகட்டி வேடிக்கை பார்த்தாரை
மன்னிக்குமளவு தாம் பெருந்தன்மையர்,
பாவம் கண்ணகி சிறியாளே!

அவ்வளவு பொதுநலம் உள்ளோர்
தம்மைக் கடிக்காத கொசுவை
அடிக்காது இருக்குமளவு நல்லவரா?

இது கண்ணகிக்கான கவியன்று...
கருத்தெனும் பெயரில்
களங்கத்தைச் சொல்லுவது சுதந்திரமன்று
நாவரை உன்சித்தம்.... அதுதாண்டினால் குற்றமே!

9. அளந்துகொள் என்றான்

"அன்பின் ஆகச்சிறந்த அளவைக்
காட்டடா ஆண்டவா"
என்று அன்றொருநாள் நான்கேட்க....
பட்டியல் நீளும் கிட்டியது உரைப்பேன்...

பத்துதிங்கள் பாடுபடுத்திய சிசுவை
செத்துப் பெற்றும் மாரணைக்கும்
தாயுணர்வை அளந்துகொள் என்றான்.
பிரதிபலிப்பை எதிர் பாராது
குழந்தை சிரிக்கும் நிர்மலத்தின்
நீளத்தினை அளந்துகொள் என்றான்.

உதாசீனமே வருமெனத் தெரிந்தும்
உதவியை வேண்டாமலே அளிக்கும்
நட்பினை அளந்துகொள் என்றான்.
இதைநீ சொல்கையிலே உன்னெழுத்தை
இறுதிவரையில் படித்தோரின்
பொறுமையினையும் அளந்துகொள் என்றான்.

10. நானும் எழுதுகிறேன்...

நான்கைந்து வருடங்களாய் எழுதுகிறேன்
எப்போது கவிதை எழுதினேன் — தெரியாது.
கவிதைதான் எழுதுகிறேனா — தெரியாது.
எதற்காக எழுதினேன்.... எழுதுகிறேன்.. எழுதப் போகிறேன்...

தமிழுடன் கொஞ்சநேரம் தனிமைக்கா?
எண்ணச் சிதறல்களுக்கு வடிகாலிட்டு
மனதைச் சற்றே மழுக்கவா?
அடுத்தவர் படித்துப் பயன்பெற வேண்டும்
என்று அற்பமாய்ப் பிதற்றவா?
அப்படிப் படிப்பவர் என்னைப் பாராட்டுவார் என்றா?

அதெல்லாம் எனக்குத் தெரியாது...
ஆனால் ஒன்று மட்டும் தெரியும்
நான் எழுதுவேன்!

11. நின்னைச் சில வரங்கள் கேட்பேன்

அண்டவெளிகளை அறிந்து தேர்ந்தோம்
அணிதவழ் உமையம்மே,
எங்கள் அகமறிவது எந்நாளோ?
ஆழி நிறைக்கவும் நீருண்டு
ஆதிமுதற் பொருளம்மே,
எங்கள் அவா நிறைக்கும் பொருளெங்கோ?

இனிமை எனும் உளப்பண்பை
இளவாளை விழியம்மே,
பிறர் ஆக்கத்தில் யாம் பெறோமோ.
ஈதல் எனும் பெருந்தவத்தால்
ஈடு இல் அருளம்மே,
எங்களைப் பசிப்பிணி அகற்றப் பணியாயோ.

வெற்றி தோல்வி இரண்டினுள்ளே
பற்றற்ற நிலை தனையே
பதும மது மொழியம்மே -எனக்குப்
பதமாகத் தாரும் அம்மே!

12. வாருங்கள் வழிசெல்வோம்

அடுத்தென்ன செய்ய என
அணுவளவும் தெரியவில்லையா?
அப்படியே அகப்பட்ட பாதையில்
அடிவைத்தவுடன் கன்னிவெடியா?
பெருமூச்சு விட்டுவிட்டே
பல சிக்கலைச் சுட்டதுண்டா?

கடமைக்காய் கனவுகள் பல
கழுவிலேற்றிய அனுபவமா?
தூக்கத்திலே துக்கம் துளைத்துத்
துள்ளியெழுந்து அமர்ந்ததுண்டா?
நிதர்சனம் நினைவிலே ஏறுகையில்
நரகத்தின் வாசல் கண்டதுண்டா?

வாருங்கள் கைகோர்த்துச் செல்வோம்
நானும் அவ்வழி தான் செல்கின்றேன்...
மானுடத்தின் மார்க்கமே இதுதானாம்
வாருங்காள் வாசகர்காள், வேடிக்கை பார்த்து வழிசெல்வோம்.

13. மன நிமிர்வு

நாம் நேசிக்கும் நெஞ்சங்கள்
நெருக்கம் நெகிழ்ந்து நகர்ந்தால்
அறிவின் வாய் சொல்லும்
"தன்மானம் பெருசடா தம்பி
தக்கபடி திமிர்ந்தே திரி" என்று....

அதற்குப் போர் அறிவிப்பாய்
அவரோடான நினைவுகளைத் திரட்டி
உள் அந்தரங்கம் அறிக்கை விடும்
"தோழமைக்கு ஒருநொடி ஆணவம்
தேள் விடம் ஆகலாமா?
காலில் தூசாய்க் கிடந்தாகிலும்,
அர்த்தமற்று ஆயிரம் மன்னிப்பு வேண்டியாகிலும்
அவரன்புக்கு உன்னை ஆட்படுத்து! "

இவ்விரண்டு அடியையும் தின்ற மனம்
அவரைத் தோழமைக்குக் கீழேயும்
எதிரிக்கு மேலேயும் - ஓர்
இனம்புரியா மர்மதேசத்தில்
நிறுத்தி நோக்கும் நிமிர்வு பெறும்.

14. பொய்மையும் வாய்மை இடத்த

சிறுகச் சொல் சில பொய்களை...
என்னிடம் பேச மறந்துவிட்டு,
"வேலையில் அகப்பட்டேன்" என,
பொய்யை மெய்யெனவே நானும்
கள்ளத்தனமாய்த் தலையாட்டி மகிழ.

சிலநேரம் எனை நீ தூசென மதித்தபோது
சீரிய காரணங்களால் பூசி மெழுகு,
வயிற்றுச்சிசு உதையென நான் உவக்க.

இத்தனை பொய்களையும்
நான் இன்புற வேண்டித்தானே
இயம்பினாய் என்னுயிரே!
அக்கரிசனத்துக்காய் இன்னும்
அளவற்ற பொய்கள் பருகித் தீர்ப்பேன்.

15. நன்றி மறப்பது நன்றன்று

நான் போகும் மார்க்கமதில்
மன்னும் மனங்களுக்கு நன்றி.
நாற்சந்தியில் நற்றிசைக் காட்டிகளுக்கும்,
முற்றுச் சந்தில் புதுப்பாதை தந்தோருக்கும்...

சுற்றலிலே விட்டுத் தெளிவு அருளியோருக்கும்,
சுருக்கென ஏறும் சுள்ளி முள் சகாக்களுக்கும்,
பள்ளமாய் பம்பிப் பாடையில் ஏற்றலாமென்று
ஏமார்ந்து போய் பாடம் கற்பித்தோருக்கும்...

கானகச் சாலைநடுவே கலங்கி நிற்கையிலே
கலங்கரை விளக்கமென வழி ஈந்தாருக்கும்,
என்னால் ஆகாதபோது சுமையெனாது
தன்னோடு ஏற்றிச் செல்வாருக்கும்...

நல்லறத்தின் கோணம்போல்-எமது
நன்றி பல ஆகட்டும்!

16. அன்புக்கும் உண்டு அடைக்குந்தாழ்

அன்புற்றிருவர் பிரிகையிலே
அளக்கரென ஆர்த்தெழும்
அளக்க அரும் அன்பதனை
அளவான கண்ணீரில்
அளக்க வல்லார் தமைக் கேளும்.

அணைபோட்டு அன்படைப்பர்,
அதையும் மீறிக் கசிதலே
நாம் காணும் புறத்தன்பு.
அணையிலே நீர்கசிந்தால்
மதகு இல்லை என்றாகுமா?
அவர் கண்ணீருமே மதகை ஏமாற்றிக்
கசியும் சிறுபகுதியை ஒக்கும்.

17. கவி விடு தூது

தூர நின்றே - நான்
உன் நிழலுக்குக் குடைதாங்கி
உளமுருக ஈன்றெடுத்த
எண்ணத் திரட்டுகளெல்லாம்
எத்தனை பக்கங்கள் பிடிக்குமோ...

காதலால் என் கவிதை
காதவெளி பாய்ந்தாலும்
உன் காது வந்து சேருமுன்னே
கனங் குறைந்து காய்கிறதே!

கவிதைகள் கனிவித்த காதல்
கொஞ்சம் துணிச்சலும் சூழலும்
துணைக்கு அனுப்பியிருந்தால் ஆகாதா...

கவிதையே என் கவிதையே
உன்னை ஈன்றெடுத்த காதலுக்கு
உயர்கொடுக்கத் தூது செல்லேன்!

18. வாய்க்காலும் வாழ்வும்

வரும்நீர் சிறிதாயினும்
வாய்க்கால் முறையாயிருப்பின்
வயல் வளர்க்கும்.

இப்போதெல்லாம் வருநீர்
பரவையெனப் பாய்ந்தோடியே
பலமடங்காய் வந்தாலும்
வாய்க்கால் சீவ மறக்கிறீர்
மதிகெட்ட மாந்தர்காள்!

வயலுக்கோடும் நீர் வீணாகி
வெளியோடிக் களைபெருக்கி
வீணாய் வயலைப் பாழாக்குவது பாரீரோ!

அறிவின் அளவுகுறித்து
அரற்றுவதை விடுத்து - அதுபாயும்
நெறிதனைச் சரிசெய்யும்...
வாழ்வு விளைச்சல் நல்கும்.

19. அன்பு போல

வேனிலின் வெம்மைதாங்காது
வரியோடி வெடித்த மண்
விழும் எந்தத் துளியையும்
விழுங்கித் தகையாறும்...
உவர்நீரைப் பாய்ச்சினாலும்
உவட்டாது உள்ளிழுக்கும்
ஏக்கம் சூழ்ந்த மூடத்தனம் கொண்டது.

அதுபின்னே தன்மடிதான்
பயிர்விளையா மலடாவதெல்லாம்
பட்டபின்னே தான் உணரும்.

அன்பில் அமிழ்ந்து அறியா
அந்நிலமொத்த மனங்களெல்லாம்
அன்பு'போல்' எதுவாயினும்
அப்படியே அள்ளி விழுங்கும்...

அது அமிலமானால்
அந்நிலத்தில் அன்பின் விளைச்சல்
உவர்நிலத்து உயிர்ப்பே.

20. தள்ளி வாரும் தலைவனே

ஒற்றையடிப் பாதையிலே - அந்த
ஓடக்கரை ஓரத்திலே
ஒய்யாரமாய் ஓதிம நடையிடும்
என்னிடமிருந்து சற்றே ஒதுங்கி வாரும்.

தனிமையின் தைரியத்தில்
தையலை நெருங்காதீர் தலைவனே!
நிலவைத் துணைக்கு அழைத்தேன்
மையலோடு அஃதும் சுற்றுவதும் காண்கிலையோ?

என் ஏவலுக்காய் ஏங்கிநிற்கிறது
தண்ணொளிகொண்டு உமைச் சுட்டு
எனைத் தன்னோடே தட்டிச் செல்லும்,
தலைவனே தள்ளியே நில்லும்!

21. தூசாகப் பணியாயோ கண்ணா

என் மனக் காதலின்
மறுவடிவே என் கண்ணா,
உன்னோடே என்றும் இணைந்திருந்து
பேரானந்தம் பருகுதற்கு
இச்சிறியாளுக்கு எள்ளளவுந் தகுதியில்லை.

உச்சியாடும் மயிலிறகாய்
கச்சையிலே முடிந்த வேய்ங்குழலாய்
சொற்பதங் கடந்த அப்பதங்கள் நான்வேண்டேன்...

எனைத் தூசாக்கி - உன்
பாதுகை ஓரத்தில் பதித்துவிடேன்!
கணநேரமுன் விரல்நுனி மேவியபின்
காற்றோடே கலந்துவிட வேண்டுவனே.

22. பள்ளிக்கூடத்துப் பிள்ளையாரே

எவனோ சிரித்த சிரிப்புக்கு
என் முதுகைப் பதம்பார்த்த பிரம்பே
நீ தந்த வடுக்கள் நீங்காது என் நினைவுபோல்.
வகுப்புக்கு வெளிநிற்கையில் நான்
சாய்ந்தே தேய்த்த சுவரே...
என் வியர்வைத் தாரை இதுதானே?

காதல்முளைகள் நாற்றுவிட்ட
கழிவறைச் சுவரே - நான்
கடைசியில் எழுதியபெயர் சொல்பார்ப்போம்...
எங்கள் ஆலமர நட்புகள் அரும்பிட
ஆசுவாசம் அளித்த இருக்கையே
கடைசியில் கசிந்தநீர் காய்ந்துவிட்டதா!

தாய்நாடே திரும்ப இயலா
ஈழத்து எமதுறவுபோலே
கம்பித்துக் கலங்குகிறேன் பள்ளிக்கூடத்துப் பிள்ளையாரே.

23. குற்றம் நீண்டால்

குற்றம் நிகழ்த்துவதெல்லாம்
கொற்றவன்முதல் குடிகளின் இயல்பே...
அதையறிந்து களைதலே
ஆறறிவின் ஆன பயன்.
அறிவொடு உணர்வைப் புணர்த்தி
அறநெறி அறிந்து - அதனால்
தன் குற்றம் குறைத்தலே
வாழ்வுகாக்கும் வலிய வழி.

குற்றம் நீண்டால் கூற்றமாகும்,
நீளாது நிறுத்திக் கொள்க!

24. பிரச்சாரம்

"நான் என் புள்ளைய
ஆம்பிளை மாதிரி வளர்த்திருக்கேன்"
"பொம்பள மாதிரி அழுவதா?"

எனப் பிதற்றி...
அறியாமை மாந்தித் திரியும்
மாக்கள் உள்ளமட்டும்

பெண்விடுதலை என்பது
ஏட்டிலும் பேச்சிலும் மட்டுமே சாத்தியம்.
ஆண்போலே வளர்த்தேனென்றால்
பெண்மை பலவீனமென்று
மென்மைப் பிரச்சாரம் செய்கிறாய்...
பெண்போலே அழாதே என்றாலது
பகிரங்கப் பிரச்சாரம்.

25. என் அன்பு எத்தகையது தெரியுமா...

இதயங் கொள்ளா இருக்கம்
நரம்புகொள்ளா உதிரம்
வரம்புகொள்ளா வெள்ளம்
வார்த்தைகொள்ளா மொழி
வாசல்கொள்ளாக் கோலம்
நினைவுகொள்ளா நிகழ்வு
மனங்கொள்ளா மகிழ்வு.

இதனால்தானோ என்னவோ
என்னன்பு என்றுமே உனக்கு
இடையூறே இழைக்கிறது...

உனக்கு நன்மை பயக்குமெனில்
எனதன்பை அளவில் பொழியுமாறு
நடிக்கச் செய்யவுந் துணிவேன் இனி.

26. அடிமேல் அடியடித்தால்

அடிமேல் அடியடித்தால்
அம்மியும் நகருமென்பார்...
அவை அறிவிலிகள் கூறும் அவச்சொற்கள்.

நீர்கேளீர் நன்மக்காள்...
அம்மியே ஆயினும்
அளவுக்கு மேல் அடிபொறுக்காது,
நிச்சயம் நகரும் ஆனால்....
உடைந்து உருக்குலைந்துபோம்.
அதன்பின்னே அதைநகர்த்தி
ஆக்கங்கள் ஏதுகாண்பீர்?

சிறிதே அடித்துப் பாரும்
சிதறாது நகர்ந்தால் நன்று...
அன்றேல் இருந்த இடத்தேயே
இயல்பாய் அதைப் புழங்கும்.
இல்லையெனில் இழக்கத் தயாராகும்.

27. கணவன் வீடு போன தோழி

ஆலமரங் காத்தடிக்க - அந்த
ஆனைமுகனார் கோயிலிலே - தோழி
பாவாடை கட்டும் நல்ல பருவத்திலே...
நாம் பாங்காய் நட்ட கல்லு நினப்பிருக்கா?

நாட்டையிலே நாம் பேசிய
நல்மொழிகள்தான் நினப்பிருக்கா?
அந்தக் கல்லு உறுதிபோலே
நம்முறவு நீளுமுன்னு நீசொல்ல...
அறியாத சிறுவயதில் — நம் மனது
ஆயிரம்கவி பேசியதுதான் நினப்பிருக்கா?

காமநச்சு கலக்காத காதலர்போல்
நாம் காலமுள்ளவரை கலந்திருப்போம்
எனக் கனவுகளும் நாம் காணயில
கணவன் வீடு கெடுத்திட்டுதே...
ஆசை முகங்கூட மறந்துட்டுதே!

அந்த ஆலமரமும் பட்டுப் போச்சுதடி...
நாம நட்ட கல்லுந்தானே
நம்மைப்போல் எவனூட்டுக்கோ
காலடிப் படியாகப் போச்சுதடி தோழி.

28. அடுத்த சந்திப்பு வரை...

அள்ளியெடுத்து உனை
ஆரத்தழுவி முத்தமிட்டு,
ஆண்டாண்டு அகவைகளாய்
நான் அடக்கிவைத்த அன்பையெலாம்
அரை நாழிகையில் அளித்துவிட்டு...

பொங்கிப் பெருக்கெடுக்கும்
உன் பாசப் பொழிவுதனை
என்னுள்ளே நிரப்பிக்கொண்டு,
எதுவும் பேசாது சிறிதுநேரம்
கண்ணொக்கக் கடத்திவிட்டு...

அடுத்த சந்திப்பு நிகழ்வதெலாம்
நிச்சயமோ.... எப்பொழுதோ... எவ்விடமோ!
கடைசியாய் ஒரு தழுவல்
என்னுள் துளிநீ... உன்னுள் துளி நான்.
இணைந்திருப்போம்!

அடுத்த சந்திப்பு வரை....

29. ஆம் நான் கோபக்காரன்தான்...

ஆனால்... என்னோடு இதுவரை பயணித்து,
என் பாதியான நீயும் அத்தன்மை அறிகிலையே!

நாய்போலே என்குணம் நீயறியாயோ...
சினம்வந்து சீறிய பின்னும்
சீராய் வால்சுருட்டி உனை அண்டியே பிழைப்பேன்.

என்சினம் பொறு எனப் பிதற்றேன்....
இரண்டு அடி வை... வைது தள்!
உன்னோடு எனை வை... அது போதும்.

ஏற்றருளாது முடுக்கி அடித்தால்
நான் எங்கு செல்வேன்,
யாரிடம் அண்டுவேன் அவனிதனில்?
எமையேற்று அன்பெனும் சங்கிலியால் பூட்டிடுவாய் கண்ணே!

30. என்னோடு போகட்டும்

பட்டுத்தெறித்த என் கண்ணீரிடம்
பாங்காய்க் கேட்டுப் பார்....
என் நினைவு சுமந்த பாரம்
எத்தன்மையதென்று எடுத்தியம்பும்.
துடிப்பதைத் துறந்தெறிந்து
துவண்டழும் என் இதயம் கேள்
அஃதென் இழிநிலை இயம்பும்.

ஒரு உறவுதனை இழப்போமோ
எனும் எண்ணமுன் மனங்கொண்டால்
என் வேதனை முறையே நீ அறிவாய்.

ஆனால் என் சகமே...
உனக்கு அந்நிலை அணுகாமைக்கு
என் ஆயுள் ஈறாய அனைத்தும் அளித்து வேண்டுவேன் நான்.

31. வரம் அருள் வார்விழியே

என் மயிர்க்கால் முழுவதிலும்
மதுமலர்ந்து மயங்கச் செய்து...
மனந்தனை மான்போலே
மருண்டு உருளச் செய்வதில்
அங்கயற்கண்ணி உன் பார்வை
பட்டங்கள் பலபெற்றிருக்கும் போலும்.

உன்னிடம் சொல்லிவிட வேண்டுமென்று
நான் மனதிலேற்றிவந்த நினைவுகளை
உன் கடைக்கண் பார்வை
புசித்துப் பசிதீர்க்க வல்லது...

இருவாட்சி இமையழகே
இன்றாகிலும் இருவிழி அம்பில் அம்பிடாமல்
நான் உன்னிடம் பேசிட வரம் அருளேன்!

32. இப்பொழுதெல்லாம் பேசிட நேரமே இருப்பதில்லை

என்ற சொற்கள் உணர்த்தவிழையும்
உட்பொருள் அறிவீரா?

"நான்செல்லும் விரைவுப் பாதையிலே
உன் நினைவுகளை வலிந்து சுமந்து
இழுத்துச் செல்ல இனி என்னால் ஆகாது"
என்பதின் மென்மையான திரிபே அது.

முதற்சொன்னதை நீங்கள்
கேட்கிறீர்கள் என்றால்
மெல்ல விலகத் தொடங்குங்கள்...
மனதையும் மாற்றப் பழகுங்கள்.

சொல்லின் இனிப்புப் பூச்சு
செல்வதற்குள் விலகுங்கள்...
சொல்லொணாக் கசப்பு உள்ளிருக்கு
அது கசிந்தால் களங்கம் உறவுக்கு.

33. நீங்கள் மருந்திட வேண்டாம்

என் வயிறு கனத்து மடிநிறைக்க
ஆசைகள் ஆயிரம் குடையாதோ!
ஊறுதிரம் தனை உருக்கி
ஊட்டிவிட எண்ணம் எரியாதோ!
பாலைநிலமாய் என்பெண்மை
பட்டுப் பரவிக் கிடக்கையிலே
பசுந்துளிக்காய் பாழும் மனம்தான் ஏங்காதோ!

அண்டைவீட்டு அருக்காணி
அவள்குழந்தையைக் கொஞ்சினாலே
என்மனத்தில் பொறாமை பொங்கும்
பொல்லாப்பை எங்குசொல்லி மாரடிக்க.

என்பெண்மையின் புண்ணுக்கு
நீங்கள் மருந்திட்டு நீவ வேண்டாம்...
கொள்ளிக்கட்டையால் குத்தாமலிருங்கள் போதும்.

பொறாமையோடும் ஏக்கத்தோடுமே
என் வாழ்வைப் பைய இழுத்துப் போய்விடுகிறேன்.

34. சாது மிரண்டால்

மும்முறை உன்னை
முயன்று மேற் தள்ளிய
தண்ணீர் தனக்கு -உனை
விழுங்கும் சக்தி இல்லை
என நினைந்தாடும்
மூடத்தனத்தையே ஒக்கும்...

சிலமுறை உன் பிழை பொறுத்தோர்
பொறுமை தன்னை
பூமியளவு என எண்ணித்
தினவெடுத்துத் தீண்டித் திரிதல்.

அளவு தாண்டியானால்
நிச்சயம் அழிக்கப் படுவாய்.
பல்கடித்துப் பொறுப்பவன்தன்
பொறை அசைந்துபட்டால்...

ஊழியெனும் காலந்தனை
உன்கண்முன் காண்பாய்!.

35. என்றும் உன் நான்

மொழியாக நீயிருந்தால்
கவியாக நானிருப்பேன்...
கவியாக நீயிருந்தால்
சொற்பொருட் செறிவாக நான்...
வாழ்வாய் நீயிருந்தால்
இல்லற வசந்தமாய் நான்...

பாதையாக நீயிருந்தால்
பயன் இலக்காக நான்...
பக்தியாக நீயிருந்தால்
முக்தி நிலையாக நான்...
எதுவாக நீ இருந்தாலும்
அதனை நிறைக்கும் நிறைவாய் நான்...
என்றும் என்றென்றும் உன் நான்.

36. வஞ்சமற்ற வஞ்சகங்கள்

உன் தோளிலும் மார்பிலும் சாயவே
பொய் மயக்கங்கள் பல,
உன் பாவப்பட்ட முகங்காணவே
உண்மையற்ற ஊடல்கள் சில,
உன் கைத்தீண்டல் பெற்றிடவே
வரம்வாங்கிய தலைவலிகள் உள...

செல்லமாய் நீ எனை அதட்டுதற்கே
ஆக்கப்பட்ட தவறுகள் சில,
என் விரலிடைச் சந்துகளில்
கசியும் உன் சிறுபார்வை
என் பெண்மை தேடி உலுக்கிடவே
ஆடிய கண்ணாமூச்சிகள் பல.

37. என்னோடு நீ இருந்தால்

எந்தை தோள்மேல் அமர்ந்து
உலகினை உற்றுநோக்கும் துணிவு,
உள்ளங்கைக் குழந்தையின்
உச்சி முகரும் கசிவு.

யாருமற்ற பசுமலை உச்சியில்
பெருமூச்சுவிடும் நிம்மதி,
விதைத்த பயிர்மேல்
மழை சொட்டிய மாமகிழ்வு.

மழைநேரத்தில் குடைபோல்
நிகழ்வுகளைக் கடக்க
என்னோடு நீயிருந்தால்
அதுவே போதும் எனக்கு...

மழைபெய்தாலும் நனையாது
குடை காப்பதுபோல்
நிகழ்வுகளெமை நசுக்காது
நீ காப்பாயெனும் நம்பிக்கை.

38. இக்கணமும் சிக்கனமும்

இக்கணத்தைச் சிக்கெனப் பிடித்தால்
எக்கணமும் சிக்கனமின்றி மகிழலாம்.

இக்கணத்தில் வாழாது,
போன நாள் அக்கணத்தையும்
வாரா மறுகணத்தையும்
மனதிலே மாந்தித் திரிந்தால்...

கனத்த மனதினைக் கையிலெடுத்துக்
கணங்களூடாகச் சுமந்து செல்லக் கடினப்படுவாய்.
வாழ்வெனும் மார்க்கத்தில்
நெடுந்தூரம் பயணப் படுவாய்...
மூட்டையினை இறக்கிவைத்து
முழுமூச்சுடன் முன்செல்ல வேண்டுமாதலால்....

சிக்கெனப் பிடி இக்கணத்தை.

39. சலங்கையே என் சலங்கையே

உன்னோடு நானிருந்த ஒவ்வொரு மணித்துளியும்...
இருளும் பகலும் அல்லாத வைகறைபோல்
நாணமும் ஆசையும் அல்லாத ஓர் உணர்வு...
விரித்துச்சொல்ல வரி சிக்காத விசித்திரம்.

கோழியின் சிறகிடையில் பதுங்கிய குஞ்சுபோல்
கதகதப்பில் களித்த தருணம்,
அன்னை தந்தை அல்லாத அணுக்கம்.

உருக்கம் ஊறும் உரிமையினால்
என்னை நீ ஆளும்போது....
உன் ஆண்மையுள் என் பெண்மை நிறையக் கண்டேன்.

சலங்கையே என் சலங்கையே...
ஊர்முன்னே என் காலில் கிடந்தாய் சரி....
தனிமையிலென் நெஞ்சில் துயில்கொள்.

40. உள்ளங்கை நெல்லிக்கனி

ஒரேயொரு சிறிய ஊடல்தான்...
அதுவும் வெளியிருந்து வந்தது...
ஓரிரு நாள் பேசாது இருந்திருப்போமா?
ஐயோ! என்ன பாடு படுத்திவிட்டாய்.

தூங்கினால் கனவாக,
கண்ணாடியிலென் முகப் பிம்பமாக,
யாவரது பேச்சுக்குரலாக,
யாவரது விளிப்பு ஒலியாக,
காணும் திசை பத்திலும்
கண்ணெலாம் நீயாகி...

நானும் உனை அவ்வாறு
பாடாய்ப் படுத்தினேன் என்றறிவேன்,
போதும் இந்தப் இருமுகப் பாசாங்கு....

ஊடலை உடைத்தெறிவோம் - மாறாய்
ஊதினால் உறவினை உருமாற்றும் கண்ணே.
ஊடல் உறுதியான கூடலிலன்றி
வாடலில் முடியலாகாது.

நெல்லிக்கனி புளித்தாலும்
பொறுத்து இனிக்கும்.

41. என் இனிய தனிமையே

உன் பகையாளிகளோடு சிலகாலம்
நான் புழங்கி வந்தாலும்
துளியளவும் தயக்கமின்றி
எனை மீண்டும் ஏற்றுக்கொள்ள
உன்னால் மட்டும் எப்படி ஆகிறது?

சேருவாருடன் சேர்ந்தபின் நானுனை
சேற்றிலே விட்டெறிந்தாலும்
வேண்டும் வேளையில் பொழியும் மாரிபோல்
நீயெனைக் காக்கும் பொலிவை எங்ஙனம் பெற்றுதியோ!

எனக்குத் தாயாய், தயை செயுந் தோழமையாய்,
அளிக்கும் ஆசானாய், களிகூட்டுந் துணையாய்...

ஏமாற்றுவேன் என அறிந்தே தேற்றுகிறாய்.

42. துன்புளதெனின் அன்றோ சுகமுள்ளது

நண்பா ஓ நண்பா
என் நலத்திற்கு நல்வித்தே...
பிரிவென்பது இருந்தால்தான்
மீண்டும் சேர்தல் இன்பமென்று அறிவேன்,
ஆயினும் உனைப் பிரியும் வேளைதனை எதிர்கொள்வதை எண்ணினால்...

முலைமுட்டி வாய்நுரைக்கப்
பாலூட்டும் கன்றைப்
பாதியிலே பிடித்திழுத்துக் கட்டுவதுபோல்,
அருமையான கனாக்காணும் வேளைதனில்
திடுக்கிட்டு விழித்தெழுந்து
கனவை நினைந்துமனம் உரற்றுதல்போல்...

அத்தருணம் மிகக் கொடியது.

43. மறுவீடு அல்லாமல் மறுபடி வீடில்லை

மஞ்சக் காட்டு வரப்போரம் - நான்
மாமன் வரக் காத்திருந்தேன்...
கட்டுன தண்ணி காஞ்சுபோச்சு
கணவானக் காணலையே!

மஞ்சச் செடிகொழுத்துக்
கருநீலம் பூத்திருக்க - இந்த
ஈரக் காட்டுக்குள்ள - எம்மனசு
பருத்திப் பூப்பூத்து பாழடஞ்சு வெடிச்சதென்ன!

ஆகாசக் கோட்ட கட்டி - நான்
அமர்ந்திருக்கும் வேளையிலே
ஐயோ இடியெறங்கிப் போனதென்ன!
வாய்க்காலில வந்த தண்ணி - மாமா
மீண்டும் கிணத்துக்குப் போறதில்ல,
போனாலும் மதிப்பில்ல...

மாமன நெனச்சு வந்த புள்ள
மறுபடி வீடு போறதில்ல.

44. கேள்விக்குப் பதில் கேள்வியா

எங்கு நோக்கினும் ஏற்றத்தாழ்வு,
பசி பட்டினி பஞ்சம்...

பசியென அழுத சம்பந்தனுக்கு
இரங்கி ஓடிவந்து
பால் சுரந்து ஞானமும் குழைத்து
நிரம்ப ஊட்டிய உமையம்மையே,
ஊட்டும்படி உய்வித்த உமைப்பாகனே...

என் சிற்றறிவு சிறுகேள்வி கேட்கிறது...
பதிலிருந்தால் பகிர்ந்துவிடுங்கள்,
குடைகிறது...உறக்கம் சிதைகிறது.

அகிலத்தில் அளவற்ற குழவிகளின்
பசித்த கண்ணீருக்கும்,
முலைவற்றிய தாயின் கண்ணீருக்கும்
உன் முலை சுரத்தல் வேண்டாமோ உண்ணாமுலையே?
உய்வித்தலாகாதோ உமைப்பாகனே?

பராசக்திப் பரம்பொருளின் நிலைசொன்னாள்...
"பதில் கூறுவேன் கேளாய் சிறுபிள்ளாய்...
மலையிலே மழைபெய்தால்

மலை அதைத் தேக்கி வைத்துக் கொள்வதில்லை,
தன்னை நனைத்துக் கொண்டு
பள்ளத்துக்குப் பகிர்ந்துவிடும்.
மனிதனும் அவ்வழி செய்தால்
உன் கேள்விக்கே வேலையில்லை.

இப்போது என் கேள்விக்குப் பதில்சொல்வாயா மனிதா"...

45. அன்புக்கு அழகு அலகில்லாமை

தூய்மையான அன்புக்குத்
துள்ளியம் பார்க்கத் தெரியாது...
வெள்ளுடை நீ அணிந்திருப்பினும்
வேகமாய் வெளியே சென்றாலும்
நாய் நக்கியே உனைக் கொஞ்சும்.

கன்றின் வாய் பட்டவுடன்
பால்சுரக்கும் பசு போலே
கட்டின்றி இயல்பெனவே
காலநேரமின்றி பயன்நோக்காது
சொரிவதுவே அன்பு,
அதுவே செம்மையுற்றால் பக்தி.

பயன்பார்த்து இடம்பார்த்து,
தரம்பார்த்துச் சுற்றம்பார்த்து,
நான் இது தருவேன், நீ இது தாவென்று
உருவாக்கித் தள்ளுவதெலாம்
அன்பு பக்தி எனும் பெயர்பூண்ட வியாபாரம்.

46. யானை கட்டும் சங்கிலி

என்னைப் பஞ்சென நினைந்தாயோ பாதகனே!
ஆம் பஞ்சுக் குவியல்தான்...
நான் நினைத்தால் - உன்
மானங் காக்கும் ஆடையுமாகலாம்...

எனைச் சூடேற்றினாயே ஆனால்
வேகவைத்து உனை வெஞ்சாம்பலும் ஆக்கலாம்.
பயனா பாதகமா...

பார்த்து எனைத் திரித்துக் கொள்
முறைகெட்டு நீ திரிக்கத் துணிந்தால்
எரிக்கத் துணிவேன் நான் மறவாதே!

47. எனக்குத் தைரியம் இல்லை

நீ எனை எவ்வகையில்,
எந்நிலையில் புறக்கணித்தாலும்
நான் துளியளவும் கோபம் கொள்ளேன்
எனும் தைரியம் தானே உனக்கு!

இன்னும் தைரியமாகத் திரி...
இன்னும் எத்துணை காலங்கள்
நீ மெத்தனப் போக்கோடு இருந்தாலும்
உன்மேல் கோபங் கொள்ள
எனக்குத் தைரியம் இல்லை.

நகமென வெட்டி நீயெனை
வீசித் தூர எறிந்தாலும்
உகிராய் உள்ளிருந்து வளர்வேனே தவிர...
உன்மேல் கோபங் கொள்ள
எனக்குத் தைரியம் இல்லை.

48. கள்ளானாலும் கணவன்

கல்லொடச்சுக் கஞ்சியூத்த
நானிருக்கும் தைரியத்தில்...
கள்ளுக்கடை போயிருக்கும்
உங்கொப்பன இழுத்தாடா.
கல்லொடச்ச அசதியில
நான் சித்தநேரங் கண்மூட...
மகராசன் கைவரிசையால்
கழுத்துல கனங்கொறஞ்சு போச்சுதுடா.

பொன்னுன்னு நெனச்சு - போதையில
மஞ்சள அத்துட்டுப் போயிட்டான்...
அடிவாங்கிச் சாகும்முன்னே
அவனக் கையோட கூட்டியாடா
ஐயோ ஐயையோ!
சீக்கிரமாக் கூட்டியாடா...
இந்த மஞ்சளாவது எங்கழுத்தில் கொஞ்சநாள் நிக்கட்டும்.

49. காதற் கவிகள்

யாருக்காகவும் எழுதப்படாமல்...
காதலிக்காக அல்லாமல்
களங்கமற்ற காதலுக்காக மட்டுமே
எழுதப்பட்ட கவிகளெலாம் எத்தகையவை அறிவீரா?

புகழுக்காகச் செய்யாத தர்மம்,
இடக்கையறியா வலக்கையின் ஈகை,
கன்றுக்காகச் சுரக்காத பால்,
விதையில்லாப் பழம்,
வெற்றிதனை இலக்காக்கா வெறிகொண்ட முயற்சி.

காதலுக்காக மட்டுமே பிறந்த
காதற் கவிகள் அனைத்துமிங்கே
கவிகளுக்கும் ஒருபடி மேலாகும்.

50. மெய்வருத்தக் கூலிதரும்

வாழ்வெனப் படுவது மானிடா
ஓடும் ஆற்றில் ஆடும் பரிசலடா,
சும்மா இருந்து சுகங் கண்டாலும்
எங்கோ ஓர் கரையில் நிச்சயம் சேர்வாய்.

அக்கரையில் பாம்போ புலியோ
மானோ மயிலோ எதுவும் இருக்கலாம்
உன் விதி விட்ட வழியது.

நீ மனதிலே வரித்த கரையினை
சீரொடு போய்சேர வேண்டுமாயின்
சில இடங்களில் நீரோட்டம் அதை எதிர்த்து
மெய்யுருக்கி நீர்வழியத் துடுப்பிடல் வேண்டும்...

விதியும் சற்றே விலகியோடும் ஏனெனில்
மெய்வருந்தினால் தெய்வம் கூலிதரும்
அஃது வள்ளுவன் வாக்கு.

51. கூடு இல்லையா ஓடு

பாழும் கனவுகள் - அவை
பாடாயப் படுத்தும் பாவிகள்,
கிட்டவும் கிட்டாது- வேண்டாமென
விட்டொழிக்கவும் முடியாது.

கிடைக்காமல் போனால் ஏக்கம்,
கிடைத்து விட்டால் சோகம்...
ஆம் சோகம்தான்...
எத்தனை பேரின் வாயிலே விழுவோமோ.

வாழ்க்கை ஓட்டத்தில் ஓடவும் விடாது,
எதிர்த்து நீந்தத் துணிவும் தராது...
எட்டாத கனவுகளின்
எண்ணம் எழும்போதெல்லாம்
மறதி என்பது மாமருந்தெனப் புரியும்.

52. அனைத்தும் இங்கு அற்பமே

எந்தத் துன்பமும் தூசி தான்
நம் வாயிற் கதவைத் தட்டும் வரை...
எந்தப் பிரிவும் சாதரணமே
பிரிய இனி ஆளில்லாத வரை.

நாமிருக்கும் நிலை கேவலம் தான்
இன்னும் அது ஒருபடி தாழும்வரை...
எவன் கதையும் பேசுபொருள் தான்
உன் கதை எள்ளி நகைக்கப் படும் வரை.

இறப்பும் வெற்றுச் சொல்தான்
நம்மவரை இட்டுச் செல்லும்வரை...
கவிஞனின் சொற்கள் பொய்தான்
அது உள்சென்று ஊன்றும் வரை.

53. பெரிதாக ஒன்றும் வேண்டாம் இறைவா

தலைபுதைத்து அழ
கதகதப்பான நெஞ்சுக்குழி,
கட்டியணைத்துத் தலைகோதக்
கைகள் இரண்டு.

மதிமயங்கித் திரிகையிலே
தலையிலே ஒரு குட்டு,
கிறுகிறுத்து வரும்போது
சாய்ந்துகொள்ளத் தோளொன்று.

கசியுங் கண்ணீரிலும் சிரிப்பிலும்
பங்கு கேட்கும் ஓருளம்,
இவையாவும் நட்பெனும்
வடிவுதாங்கி வந்துவிட ஓர்வரம்...
"நான் இல்லையாடா"...
என உரிமையாடும் ஒரே ஒரு வரம்.

54. நீளாயோ கரமே

முழுதாய் உன் கவனம்
என்மீதே பதிய வேண்டும் என்ற
பேராசை நான் கொள்ளேன் நட்பே...

முழுதாய் அது அற்றுப்போய்
அடுத்தவர் மீது திரும்பும்போதே
கண்ணீருடன் செந்நீர்கலந்து
கழுத்துவரை அடைக்கிறது,
காற்றும் வர மறுக்கிறது.

கரம் கட்டுண்டோன் கண்ணுளே
பூச்சியென உறுத்துகிறது அவ்வுணர்வு.
உன் கரம் நீளாதாயின்
கண்ணீர்கொண்டு ஆற்றிக்கொள்வேன்...
என்ன... காலமும் வலியும் சற்று அதிகம்.

55. ஆற்றுவெள்ளந் தேற்றிடுவோம்

சலசலத்து நதியோட
சதங்கையொலி மேலோட
பதங்கள் இன்னிசை பாட
ஆற்றோர மணல் அனுங்க
அக்கரைதான் அழுதேங்க...

விரைந்தோடும் நீரெலாம்
நின்று சற்றே மேல்நோக்க
நீள நெடுஞ்சடையும் நின்றாட
உதிர்ந்த மல்லிகையால் நான் திண்டாட
அரைநொடி தான் கண்மூட....

நித்திலமே பொற்சிலையே
நீயாடும் தவங்கண்டு
அக்கரை தானழுது ஆற்றுவெள்ளம் ஏறுதடி...
அக்கரைமேல் அக்கறை கொண்டு
ஏறு பரிசலிலே! ஆற்றுவெள்ளந் தேற்றிடுவோம்.

56. நீட்சிக்காய் ஒரு கொலை

நம்மிடையே வாழும்
நட்பெனும் நங்கைதன்
நல்லாழ்வு தனைக்காக்க

நமக்குப் பிறக்கவிருந்த
காதலெனும் அரும்பை
கருவிலே கொன்ற
கொலைகாரக் கொடூரன் நான்...

நமது நட்புதனைக் காத்த
நிம்மதி நிலைத்து நிற்பினும்...
சிற்றரும்பைச் சிதைத்த எண்ணம்
சிதையிலும் மறவாது கண்மணியே.

57. நில் நிகழ்காலமே

ஆடியிலே அடிக்கும் காற்றுக்கு
அபிநயம் பிடிக்கும் தாவணி...
அதனை அடக்கும் பாசாங்காய்
அரங்கேறும் நாடகங்கள்...

ஆற்றோரம் அமர்ந்துகொண்டு
அசைபோடும் நினைவுகள்...
அண்ணாந்து பார்த்தவுடன்
பூச்சொரியும் கொன்றைமரம்...

பட்டுத்தெறிக்கும் பூக்களால்
நீண்டு சுருங்கும் உன் விழி...
இந்நிமிடத்தோடு அப்படியே
எல்லாம் நின்றுவிடக் கூடாதோ!

58. தேர்ச்சி பெற நான் துணிந்தால்

மைநாணும் காரிருளில்
கண்ணா உன் குழல் கேட்க
கண்திறவாது கடுக வந்தேன்...
கானம் வந்த வழி - கலங்காது
கால்கள் நடக்குமென்று.

உளதிசை அனைத்தினின்றும்
ஒற்றோசை ஒலிக்குமாயின்
எத்திசையில் எடுத்துவைப்பேன்
எனதிரண்டு கால்களையும்?

சோதித்தது போதுமடா...
தேர்ச்சி பெற நான் துணிந்தால்
திக்கெல்லாம் பொக்காகும்
திங்கள் வந்து வழிகாட்டும்.

59. நெருஞ்சித் தேன்

நரியாடும் நடுப்பாலை தனிலே
நடப்பாரைக் கிடப்பில்போடும்
நெருஞ்சிச் செடியாயினும்
அதன் பூ குத்துமா என்ன?

தகிக்கும் தனிவனத்தில்
முள்நுனியில் தேன்கசியும்
நெருஞ்சிப் பூ எப்படியோ
என் வாழ்வுதன்னைப்
பாலையாக்கிய பதுமை உனது நினைவுகளுக்கு நடுவில்
எங்கோ தேன்சிந்தும்
ஒற்றைப் புள்ளி "நீ"...

ஆனால்.... குத்தும் முள்ளுக்குப் பூவே முழுக் காரணி,
"நீ"யும் அப்படித்தான்.

60. மோனம் தண்டனையின் உச்ச வரம்பு

ஏதாகிலும் பேசேன்...
பிடிக்கவில்லை என்றாகிலும்...
''பித்து நீ பேடி'' என்றாகிலும்...
வாய்மூடி வன்கண் நீர்த்த
அப்பார்வை மட்டும் வேண்டாம்.

பிறவிக் குருடனுக்குக்
காதும்கேளாது போனதுபோல்,
கண்முன்னே குழவியிழந்த
தலைப்பேற்றுத் தாயைப்போல்...

உள்மனத்தின் ஊடாக ஊரி
உயிரைக் குத்தி இழுக்கிறது.
செயல்தனைச் சாகச் செய்து
சுவையற்றுக் கிடக்கவைக்கிறது
உன் மௌனம்...

61. வேண்டுவன வேண்டும்

கணிதத்துள் கட்டுண்ணா
கடைநீத்த அண்டமனைத்தும்
காணருந் தூசிகொண்டே
கருச்செய்த இறையே...

கண்டவன் சொல்வதெலாம்
கேளாத செவியும் - அணுவளவும்
மதியாத மதியும் வேண்டும்...
கண்டவனெனும் கூளத்தினுளே
சேர்க்கக்கூடாத செம்மையரை
செவியோரம் சேர்த்திடவும் வேண்டும்.

சேர்மனப் பாரம் இறக்கிவைக்க
நோக்கமற்ற நுண்ணுறவும்,
நன்னெறி உயிர் சேரயிலே
நாவில் நற்றமிழ்ச்சொல்லும் நவில வேண்டும்.

62. உன் கடைசி

முத்தம் விட்டுச்சென்ற ஈரம்,
தழுவல் தந்துசென்ற இதம்,
நம்பிக்கை நவின்றுபோன நற்றுணை,
சொல் சிதறவிட்டுச்சென்ற சிலிர்ப்பு,
பார்வை பற்றிச்சென்ற எனது நாணம்...

மற்றொரு மன்னவனிடத்தே
இதுவெல்லாம் நான் பெற்றுவிட்டேனென்று
மாற்றாரும் மாதாவும் நினைத்தாலும்,
உனக்கும் எனக்கும் உண்மை தெரியும்...

63. உருள்பெருந் தேருக்கு அச்சாணி அன்னார் உடைத்து

வீருடை வாரணம் மதிசெத்து
மதம்பிடித்து ஆடுமானால்...
அரையடி அங்குசம் தன்
ஆற்றலால் அரியசெயல் செய்குமே...

அச்சகன்ற வண்டிபோலே
இச்சமூகம் சழுக்குறும் போதெலாம்
கச்சைதன்னை வரிந்துகட்டி,
கொச்சைகளைக் களையவே
மெச்ச ஊழிநடன மாட
பெண்மை பீடு கொண்டு வருகுமே.

64. சூடிக்கொடுத்த சுடர்க்கொடி

ஆழிமிசை அனந்த லாடும்
அரங்கா என் அரங்கா!
அகம்நிறைய உனையேற்றி
அங்கமெலாம் உனையே சுமந்து
நாவெல்லாந் தமிழொழுக
நாராயணா உனைப் பாடி
நங்கை நான் வருகிறேன்...

தமிழை ஆண்டுவிட்டு - மீண்டு
உனையாள ஆசை கொண்டேன்.
ஆண்டாள் எனை ஆட்கொண்டு
ஆறாத இன்பம் இறைத்து
என் புவியுறக்கம் கலைக்க
உன் பொய்யுறக்கம் விட்டெழாய்!

65. மீட்டுத் தா வாழ்வே

பூங்கனிகளெல்லாம் மரமானது
காணவேணுமெனில் இலைவிழும் வடுக்களைப் பொறுக்கத்தான் வேண்டும்.
ஓரறிவு மரம் பொறுக்கும்...
என்னால் எப்படி ஆகும்?
மரத்துக்கு மட்டும் வாயிருந்தால்
எப்படியெல்லாம் கதறுமோ!

வளர்ச்சிக்காய் என்னிடமிருந்து
வாழ்க்கை பிடுங்கிக் கொண்ட மாந்தர்கள் விட்டுச் சென்ற
வடுக்களைப் பொறுத்தல் நியாயமா?
அவைகள் சிலதுளி கண்ணீருக்குத்
தகுதி படைத்தவையே...
அட... அப்படியே பொறுத்தாலும்
மரமாகிப் போனானென
இகழ்தலொன்று இங்குண்டு.

66. கெடுப்பார் இலானுங் கெடும்

பயன் நோக்கிப் பெற்ற கல்வி
அல்லார் சுற்றத்தில் நல்லான்
செம்மைவழி வாராச் செல்வம்
பாத்திரமறியாது இட்ட பிச்சை
மனநிலை யறியாதளித்த அறிவுரை
கண்டிப்பைக் கண்டிராப் பிள்ளை
ஒழுக்கமிலாத நுண்ணறிவு
அருளெனும் நிலைக்கு உயரா அன்பு
அசைவுக்கு இசையா ஆன்மீகம்
சுயக் கட்டுப்பாடில்லாச் சுதந்திரம்

இவையாவும் தண்கடல் தன்மேல்
மாரி உய்த்தாற்போலே
கல்லார்க்கு நல்லார் சொன்ன பொருள்போலே
தரணிதனில் துளியளவும்
பயனற்றுப் போம்...
பாராப் பயிர்போலே பாழாய்ப் போம்.

67. கார்மேகக் கனவுகள்

கார்மேகம்போலக் கனவுகள்...
உயர்ந்தே தான் இருக்கும்
காற்றடித்தால் கலையும்
ஆர்த்துச் சத்தமிடும்
இடிந்து கரைந்து கீழ்விழும்
கையில் மட்டும் சிக்கவே சிக்காது.

நிலம் செழிக்கக் குளம் நிறைய,
தாகந் தணியத் தரணி உய்யத்
தன்னை உருக்கும் கார்போலே...
எத்தனையோ எண்ணிலடங்காத
காரணங்களுக்காய்க் கனவுகளும்
கனிந்தொழுகித் தனையழிக்கும்.

அடுத்தவர் பயன்பார்த்தே
கனியுங் கனவுகளும் மேகமும்
கன்னன்தன் கொடைதனையே அனையும்.

68. காக்கைக்கும் தன் குஞ்சு பொன் குஞ்சு

தன் பிள்ளை நாடாள்வான்
என அவனியி லொருதாயும்
நினைந்து பெற்றுக் கொள்வதிலை,
வென்றாலும் வீழ்ந்தாலும்
தாய்க்குத் தன்பிள்ளை பெரியனே.

எக்கவிஞனும் தன்கவியை
நாலுபேர் படிப்பாரென்று
எதிர்பார்த்து இயற்றுவதுமில்லை...
அறிவும் உணர்வும் யாரும்
அறியா மர்மப் புள்ளியில்
புணர்ந்து பிறப்பவை கவிகள்.

எந்நாளும் பிள்ளைகளில்
பாகுபாடு தாய் நினையாள்.

69. அழகெனப் படுவது

அடுத்தவர் சொல்வதா...
அல்லவே... "நீ அழகாய் இருக்கிறாய் "
என்றுதானே இயம்புகிறார்...
பலபேர் பலசொலினும்
கடைமுடிவு உனதல்லவா?

அகம் மலர்போல் அலருமானால்
அனைத்துமிங்கு அப்பழுக்கற்ற அழகே.
பஞ்சுபோன்ற பருத்த வயிறும்
சீப்புக்கு அடங்கா மயிரும்!
வஞ்சமின்றி வளர்ந்த உடலும்
வரம்பெற்றும் வீங்காத உடலும்...

மனம் ஒப்பவில்லையோ?
கவலைகொள்ளாதே...
காசினி ஏசலால் ஆனதே
கடந்தொழி கசப்பு மொழிகளை
நீ எவ்வளவு அழகு தெரியுமா?
சென்றுனது தாயிடங் கேள்.

70. தமிழ் விடு தூது

தமிழே ஓ தமிழே!
நினை அன்றாடம் அகமேற்றும்
சிறுபிள்ளை எனக்காய்
நீ தூது செல்லாயோ செழுந்தமிழே!

பித்தனெனப் பழித்தாலும்
கண்டவரிடமெலாம் கன்னியுனைப்
புகழ்ந்து மொழிபேசும் எனக்காய்த்
தூது செல்லாயோ பைந்தமிழே!

அனைவருந் தன் காதலிடம் தூது செலச்சொல்வார்...
நான் என் காதலையே தூது போகச் சொல்கிறேன்.
சென்று சொல்லாயோ தமிழே...
நான் தனிமையில் வாழ்வதாய்
நினைந்து நிந்திப்பாரிடம்
நான் தமிழோடு வாழ்கிறேன் என்று.

71. ஆடற்கலை அரங்கேற்றம்

ஆடுகிற காலழகில்
அரை நொடித்துளி நான் மயங்கி...
எப்படித்தான் சொல்செய்வேன்
முயல்கிறேன்...

சிரிக்கும் சிலம்பினுட்
சிதறும் பரல்களி லொருபாதி...
தத்தகிட தத்தமெனத் தாளமிடும்
தாளடியில் சிறு பாதி...
தாளிசைக்குத் தலையாட்டும்
தோடுகளில் ஒரு பாதி...

கம்பனவன் கைபோலே
கவிபேசும் கருவிழியி லொருபாதி...
கொய்தபின்னும் குதித்தாடும்
கார்குழல் மலர்களில் சிறுமீதி...

என்மனத்தைக் கூறாக்கி
என்னிலிருந்து வேறாக்கி
உன் அங்கங்களில்
ஆங்காங்கே தொங்கவிட்டேன்.

72. அவருக்காக நான்

அன்றாடம் என்னை
அங்கத்தில் ஒருபாதியாய்
அரவணைக்கும் அவனுக்காக...
பெண்ணியம் நான் பேசும்போதெல்லாம்
பெருமைகொள்ளும் அவனுக்காக...

துன்பம் நேரும்போது
தோள்கொண்டு தூக்கும் அவனுக்காக...
வாழ்வின் வசந்தங்களோடு
வலிகளையும் பகிரும் அவனுக்காக...

என் கனவு காக்க - என்னைவிட
மெனக்கெடும் அவனுக்காக...
என் தாய்மையின்போது
எனக்குத் தாயுமான அவனுக்காக...
என்றும் என்றென்றும் அவனுக்காக...
மன்னிக்க... அவருக்காக நான்.

73. மீள எண்ணி முகிழ்கிறேன்

முந்திநிற்கும் சொற்களை
வைரம்போலத் தீட்டியே
தேர்ந்தாளும் வித்தையோ,
மண்ணும் பெண்ணும்
அடிமையென் றானபின்னதை
மீட்டெடுக்கும் வேட்கையோ...

ஆதிசக்தி அன்னையை
அகிலம்போற்றும் பெண்மையை
அடியொற்றிய வண்ணமோ,
சமூகமெனும் சிப்பியைச்
சரமாரியாய் அடித்து
முத்தெடுத்த முறமையோ...

கண்ணனெனும் மன்னனை
பெண்ணாக மாற்றியே நீ
கொஞ்சிக் களித்த சொற்களோ,
புதுக்கவிதை எனும் புதல்வனை
பார்போற்றப் பெற்றெடுத்துத்
தமிழுக்கு அளித்த ஆக்கமோ...

எதுகண்டுநான் மயங்கியே

உன்னுள்நான் விழுந்தேனோ!
இன்னும் என்னைத் தேடியே
இன்னும் உன்னுள் தொலைகிறேன்.

பாரதி...உனதந்த முண்டாசில் - ஒரு
நூலிழையாப் பிறவேனோ!
முறுக்கிவிட்ட மீசையினுள் - சிறு
மயிராகிச் சிரிப்பேனோ!
இப்பேதையினைத் தெளிவிக்க
சாபமொன்று இட்டுவிடேன்...
நானுனது எழுதுகோலாய்க் கிடவேனென!

74. தென்றலே ஓ தென்றலே

என் ஆடைதனைக் கடந்து
அங்கங்கள் தழுவி
அரவணைக்க வந்தாயோ?

தலை மயிருட் புகுந்து
தாலாட்டுப் பாடியெனைத்
தூங்கவைக்க வந்தாயோ?

காதோடே உறவுகொண்டு
களங்கமற்ற மொழி பேசக்
காற்றே நீ வந்தாயோ?

நேற்றுவரை உன் இடத்தில்
இதுவெல்லாம் செய்திருந்த
மானுடத்தை மனதிலேற்ற வந்தாயா?

பிரிவினை நீ பலம்செய்தால்
பீறிட்டு நானழுவேன்
கண்துடைக்க யார் வருவார்?
உன்னால்தான் அது இயலாதே...

75. பெயர் தேடும் காவியம்

காவிரிக் கரையோரம்...
கார்காற்றின் களியாட்டம்
கையிலே கம்பன் கவி...
கவிக்கு மெட்டமைக்க கானக்குயிலோசை...

மாரன் மறைந்திருந்து
மயக்கமெனும் அம்பெய்ய...
நான் சொல்லும் கவி நயங்களை
உச்சுக்கொட்டி நீ இரசிக்க...
அடடா!

என்ன பெயர் இடலாம் கண்ணே இக்காவியத்திற்கு?

76. ஆணும் பெண்ணும் நிகரெனக் கொண்டோமா

அலுவலகத்தை ஆண்டுவிட்டு
கடைசிப் பேருந்திலிருந்து இறங்கி...
பத்து தெருக்கள் தாண்டிச் செல்கையில்

பதைபதைத்துப் பறந்தோடும்
பாவையரின் கால்களைக் கேளுங்கள்...
ஆணும் பெண்ணும் நிகரெனக் கொண்டோமா?

கல்யாணத்துக்காய் தன் கனவுகளைக்
கல்லறையிலிட்ட கன்னியரைக் கேளுங்கள்...
ஆணும் பெண்ணும் நிகரெனக் கொண்டோமா?

அந்தக் கால்களின் வேகமும்
கல்லறைகளிலே குமுறும் கனவுகளும்
இந்தச் சமூகத்துக்காய் ஏதோ முணுமுணுக்கிறதே...

77. தெய்வத் தளிர்

ஆணவத்தால் ஆடவேண்டா...
அண்டமெனும் ஆழிதனில்
அணுவெனும் சிறுதுளி நீ.

குறைத்தும் நினைய வேண்டா
அளவற்ற ஆழித்துளிகளில்
உன் இடத்தை நிறப்பிவிட
ஒருதுளியும் இருப்பதில்லை.

அங்கீகாரம் உன் திறமையைப்
பற்ற மறந்திருக்கலாம் ஆனால்...
மறவாதே மானிடனே...
நீயன்றி அத்திறமை
வெளிப்படை வழியில்லை.

திறமையாய் உள்ளிருப்பது
தெய்வத் தளிராம்
போற்றித் தேற்றினால் தளிர் வளரும்...
மனிதன் தெய்வமாவான்.

78. சிலிர்க்கும் சில்லறைகள்

"கூறு எட்டு ரூபாய்"
எனக் கூவும் கிழவியிடம்
சில்லரை இருந்தாலும்
பத்துரூபாய் குடுத்துவிட்டு...
"மிச்சத்தை வைத்துக்கொள் ஆயா"
எனச் சொல்லிவிட்ட மனதின் நிம்மதியிலும்...
கிழவியின் கண்ணோரத்தில்
காவியம் பேசும் கண்ணீரிலும்
மனிதம் இன்னும் மார்தட்டுகிறது.

79. தலையணைக்கே வெளிச்சம்

ஒருவரது மன அழுத்தத்தினை
எளியமுறையில் அறிய வேண்டுமானால் - அவரது
தலையணையைக் கேளுங்கள்...

ஏனெனில் அதுதான்
கேட்கப்படாத சோகத்தின் சாகரம்,
துடைக்கப்படாத கண்ணீர்த் துளிகளினால்
கருவுண்ட காவியம்.

யாவரது தலையணையில்
உப்பு கூடுகிறதோ....
ஆங்கெல்லாம் கண்ணீரைக்
களைந்தெறியக் கைகள் தேவையாகிறது.

80. நினைவு நல்லது வேண்டும்

அன்று பிறந்த குழவிபோலே
அப்போது அலர்ந்த மலர்போலே
மண்படா மழைத் துளிபோலே
கண்டவுடன் சிரிக்கும் பித்தன்போலே

காணாததை வடிக்கும் மனம்போலே
இறப்புமுன் மன ஓட்டம்போலே
இறவாத இன்ப அன்புபோலே

தாயின் சுவாச வெப்பம்போலே
தகதகத்துப் பொசுக்கும் தீ போலே
எதுவாயினும் ஏற்கும் நிலம்போலே
நிர்மலமான நிறைகளினால்
நினைவலைகள் நிரம்ப வேண்டும்!

81. அவள் அதிகாரம்

கொற்றவையின் கண்களடி கண்ணம்மா
கொல்கிறது உன் பார்வையடி...
மலையுச்சி மரங்களடி நீ கண்ணம்மா
மனமயக்கும் தலைநிமிர்வே.

அதிகாரம் செய்யநீயுந் தொடங்கியானால்
ஆட்படார் ஆருளர் கண்ணம்மா!
கலைஞன் மேடையினை ஆள்வதுபோல்...
கடல் நதியினை ஆள்வதும்போல்...
எமை மீளாது ஆட்கொண்டாய் கண்ணம்மா.

நீயாளு மாட்சியிலே கண்ணம்மா
நிதமும் இல்லறம் இன்புற்று
நல்லறந்தான் நாட்டினிலே
நம்மாலே நிகழ்தல் வேண்டுமடி.

82. சொல் ஒக்கும் கடிய வேகச் சுடு சரம்

சொற்களில் உள்ளது சூட்சமம்
சொல்லுமுன் தெளிதல் அவசியம்...
விளைச்சலானது வித்தைப் பொருத்தது
நெருஞ்சியை விதைத்தால் நெல்மணி விளையாது.

வில்லம்புக்குக் கூட இலக்குண்டு
சொல்லும் சொல்லுக்கொரு இலக்கில்லை
கண்ணிழந்த களிறுபோலே
கண்டபடி பாயும்;கணக்கின்றி சாய்க்கும்.

சிந்தித்துப் பிறக்கும் சொல்லல்லால்
செல்வ மென்பது வேறில்லை,
பேசும் வார்த்தைகள் செம்மையானால்
காசினி யெங்குஞ் செம்மையுறும்.

83. ஆடியில காத்தடிக்க

ஆலமர விழுதோட - அங்க
அழகான தூரிகளில்
சிறுசுமுதல் விடலைவரை சேர்ந்தாடும்...
இப்பத்தான் போங்காலம்!
தூரிகட்ட மரமுமில்ல,
அட அப்படித்தா வாச்சாலும்
தூரிமேல உக்காந்து தொடுவானந் தொட்டுவர
சனங்களுக்குச் சத்தியில்ல.

ஆலமரம் அழுவுதுங்க...
தலைகுத்தியே களித்திருக்கும்
தளிரிளம் பிள்ளைகளைத்
தலைநிமரச் செய்வதெல்லாம்
ஆத்தாளுக்கும் ஆலமரத்துக்குமே ஆகும் காரியம்...
முடிக்கி விடுங்க வெளியே!
ஆலமரந் தழையட்டும்.

84. குடிசைவீட்டுக் காதல்

வெள்ளாடு மேய்க்கயில
வீதியோட போற புள்ள...
வீடு வந்து நீ சேர்ந்த பின்னும்
வீதியோட மனசு நிக்கறதென்ன!

மாடுகன்னு புடிச்சுக்கட்டும்
முளைக் குச்சியியோடவே
உம்பட மனசையும் புடிச்சுக்
கவனமாக் கட்டிவையடி அம்மணி.

மாளிகைவீட்டு மகராசனுக்கு
மண்ணுவீடு மாமன் வீடாகுமா?
மறுவீடு நீபோனா மண்ணுச்சட்டிதா சீதனங்க...
மனசப்பாத்து மேயவிடு.
மண்ணுவீட்டு மனசுக்கெல்லா ஆசைப்படும் அதிகாரம் இல்லை-
யடி!

85. எனதுரிமை

உனக்கு வேய்ங்குழல் என்றால்
வெகுபிரியம் என நானறிவேன் கண்ணா.
இருப்பினும்...என் கண்முன்னே
அதனை நீ அள்ளி எடுத்து
ஆசைமுத்தம் வைப்பதை நான் விரும்பேன்.

அப்பெறுதற் கரிய பதத்தை - நான்
அப்புல்லுக்கும் விட்டுத்தர இசையேன்...
உன் மென்கைத் தீண்டலும்,
வாயொடும் பதிந்து
மூச்சின் வெப்பம் உணர்தலும்,
இந்த இராதைக்கே உரியன.

நானே உன் மூச்சை இசையாக்கும் மாயமாவேன்...
என்னிலிருந்து ஊறும் இசையால்
வையம் ,பேரின்ப நெறியானது மாசற்ற காதலெனத்
தெளியட்டும் கண்ணா!

86. பாரம் சுமக்கப் பலமில்லை

உனக்கும் எனக்கும் இருப்பது
காதல் எனும் காந்தமுமல்ல
உறவெனும் உறுதியுமல்ல...

சத்தியத்துக்குக் கட்டுப்பட்டு
சாகும்வரையில் சாகாது
சல்லடைபோலும் மெலிதாய்
கல்போட்டால் கலையும்
தெளிநீரின் மேற்பரப்புபோலே
திகழ்வது நட்பெனும் பந்தமாகும்.

அதில் நீ பாறையைப் பெயர்த்து வீசலாமா!
நீ என்னென்ன கொடுஞ்சொல் வீசினாலும்
நான் வாய்பொற்றி நிற்பதெல்லாம்...
நானும் ஒருசொல் விட
நட்பு நசுங்கிப்போனால்...

ஐயோ! நினைத்துப் பார்க்கவே
நெஞ்சு பதறுகிறதே!
கண்ணோடு கண்பார்த்துவிட்டால்
காணாததுபோல் போகச்சொல்கிறாயா!
போடா... குற்ற உணர்ச்சியே

குதறித் தின்றிடுமே என்னை.

87. விதியின் பிழை

கனவிலே கட்டி அணைத்துக்
கண்ணால் மொழி பேசிக்
கடிதங்களில் கவி பாடிக்
காற்றிலே தூது விட்டு
மனதிலேயே மணம் முடித்து
மகிழ்ந்து மயங்கி விட்டோம்.

சொல்லாக் காதலது செல்லாக் காசானதென்னே!
மனக்கோட்டை நான் கட்ட
மணமேடை நீ சேர்ந்ததென்னே!
குப்பையென உன் கைப்பையிலிருந்து - நீ
எடுத்தெறிந்த காகிதத்தை
கணநேரம் கண்டிருக்கக லாகாதா!
மனமுருக்கி ஊற்றியிருந்தேன்
மங்கை நீ காண்பாயென...
இதற்கு நான் யாரை நொந்து கொள்ளட்டும்?
காரணமின்றித் தோற்ற காதல்
நமதே கடைசியாய் இருக்கட்டும்.

88. சத்தமில்லா முத்தங்கள்

மணிவிளையாடும் மென்மார்புக் குழிதனில்
மாம்பழ இதழினின்று
ஊற்றமுது வழிந்தோடி
சிறுதொப்புள் நிரம்பியதே குமரா...

உண்ணாமுலை உமையாளின்
மனம் நிறைக்க - உன் சிறுவாயால் சிணுங்கிச் சிணுங்கிப்
பாலமுதுண்டு உன் உறுபசி தீரடா கந்தா.

துடைக்காத வாயோடே
விரித்த என் கையினிடை
தண்டை தடதடக்க உட்புகுந்து
சத்தமின்றி முத்தமொன்று தந்துவிட்டு ஓடிவிடு முருகா...

89. காரணம் தெரியாத அடிகள்

சாவியை நீ தொலைத்தாலும்,
சாவியே வலிந்து
தொலைந்து போனாலும்,
அடி விழுவது என்னவோ
பூட்டின் தலையில்தான்.

ஏதோ ஒன்றைக் காக்கத் தலைப்பட்டால்
அதில் யாராலோ நடத்தப்படும்,
உனக்குச் சம்பந்தமேயில்லாத
சிறு தவறுகளுக்கும்
அடி உனக்கே...

அந்த அடிகளை நாம் ஏற்கத்தான் வேண்டும்...
ஏனெனில் அதற்கெல்லாம் துணிந்தே நாம் ஒரு முடிவினை மேற்கொள்கிறோம்... மேற்கொள்ளவேண்டும்.

90. மீள்வேன் என்று நினைத்தாயோ

தேடிப் பெயர்கள் பல சூட்டி -நாளும்
சின்னஞ்சிறு குறும்புகள் செய்து,
மனம் வாடும் பிரிதலுமின்றி மணஞ்செய்து,
பிறர்மெச்சப் பார்மிசை வாழ்ந்து
நரைகூடி நாத் தடுமாறும் வேளையிலும்,
கொடுங்கூற்று எதிர்வரினும்
உனை மீள்வேனென்று நினைத்தாயோ!

உன்மேல் நாளும் வளர் காதலால் கட்டுண்டேன்...
வல்லமை தாராயோ - உன் வாட்கண் விசைப்பார்வை தாங்கு-
தற்கு.

91. அதிகாரமில்லா முதலாளி

மண்ணோட எம் பொழப்பு - அது
மழையோட விடியோணும்.
விதையநம்பி எம் பொழப்பு - நல்
விளைச்சலாக விதிவேணும்.
மாட்டநம்பி எம் பொழப்பு - கன்று
வாய்நுரைக்கச் சுரக்கோணும்.

வயித்தநம்பி எம் பொழப்பு - ஒருநாள்
என்மனசும் நிரம்ப விடியோணும்.
உங்க பசியநம்பி எம்பொழப்பு - எனக்கும்
வயிறிருக்கு நீங்க நினைக்கோணும்...
எம்பட வயல் கீரக்கட்டுக்கு - ஒருநாளாவது
நான் விலை சொல்லோணும்.

92. கழுத்தை நெறிக்கும் தருணங்கள்

குட்டிபோடும் மானொன்று
குமுறிக்கொண்டு கிடக்கிறது...
ஒருபக்கம் வேங்கை
மறுபக்கம் வேடன்
போதாத குறையாய்க் காட்டுத்தீ வேறு...
எழவேமுடியா மானுக்கு ஏழெட்டு சிக்கல்கள்.
ஆவது ஆகட்டும் ஆண்டவனே துணையெனப்
பல்லைக்கடித்துப் புறந்தள்ளியது குட்டியை...
வேடனருக இடிவீழ மாண்டவேடன்
வைத்தகுறி வேங்கைமேல் பாய
இடிக்கேற்றமழை தீயணைத்து
தீம்புனல் நீரங்கு உணவளித்து
இன்புற்றுவாழ்ந்தன தாய்சேயே.

கழுத்தைநெறிக்கும் கொடு நேரம்வரினும்
சற்றே பல்லைக்கடித்துப் பணியாற்றும்!
பளிச்சென்ற புதுவாழ்வு பக்குவமாய்ப் பிறந்திடுமே.

93. காற்றின் அருமை நீருக்குள் தெரியும்

வாழ்வெனும் வசந்தத்தில்
சில மனிதர்கள் நமக்குக்
காற்றைப்போல் நெருக்கமாகின்றனர்...

அவர்களோடே நாம் இருக்கையில்
அவர்களுடான நமது பிணைப்பை
அறியத் தவறும் நாம்,
அவர்களை விட்டுப் பிரிகையிலே
தண்ணீரிலே மூழ்கி மூச்சுத்திணறி
காற்றுக்கு ஏங்குவதுபோல் ஏற்படும்
ஆற்றொணாத் தவிப்பிலேதான்
அவர்களின் இருப்பின்
இன்றியமையாமையினை உணர்கிறோம்.
ஆனால் அப்படிப்பட்டோர் வெகுசிலரே...
நட்பாய், காதலாய், உறவாய்...
யாதாயினும் தவிப்பு ஒரேமாதிரியாய் இருப்பதே இதன் விந்தை.

94. காலமெனும் ஆழிகண்டாய்

காலமெனும் ஆழிகண்டாய் - அது
காற்றடிக்கும் ஊழி கண்டாய்...
காணருஞ் செல்வத்தையும் - யாரும்
மீட்க அரும் இளமையினையும்
வேட்டையாடிப் புசிக்கும் கண்டாய்.

அச்சகன்ற தேர்ச்சக்கரம் -அஃது
அணைக்கடங்கா ஆற்றல்கண்டாய்...
பகையாற்றும் பரிவுகண்டாய் - ஓடற்
தகைதணியா தருமங்கண்டாய்.
மன இரணமாற்றும் ஒரே மருந்து - கவிஞன்
கவிக்கே அடங்கும் எட்டாப் பருந்து.

95. தடியில்லாக் கிழப்பருவம்

கட்டழகு மேனியெல்லாம்
காலம் கலைத்துப் போட்டாலும்
கட்டையிலே போகும்வரை
கனவில்கூடப் பிரிந்ததில்லை...

கொடுமைக்காரக் காலனவன்
கொண்டுசென்றானே கயவன் உன்னுயிரை!

என்செய்வேன்...
களங்கரை விளக்கன்றிக் காரிருளில்
கப்பலுக்குத் துணை வேறாகுமோ!
கிழவன் நான் எப்படி நடப்பேன்
கிழவியெனும் ஊன்றுகோல் இல்லாது...

96. கண்ணம்மா என் காதலி

காணுமிட மெங்குமுந்தன்
கரியநிறந் தோன்றுதடி - என்
கண்ணுள் நீ நிறைவதாலோ?
கம்பன்கைச் சொல்லே கண்ணம்மா!
எல்லைநீத்த அண்டமெலாம்
ஆக்கியதோர் பெண்ணுருவே
என்துணையாய் ஆனதென்னே கண்ணம்மா!

உன் மோகனப் புன்னகையும்
மோன நன்னடையும்; ஞான நல்லொளியும்
வீரச்செருக்கும் தண்தெளிவுமே
பெண்குலத்து நல்லியல்புக ளெல்லாம்
ஒருருவ மானவளே, ஒப்புயவர்வற்ற என்னவளே
என் தனித்த அன்புக்கு உரியாளே கண்ணம்மா.

97. கண்ணம்மா என் சகி

என்மனத்துள் நிறைபவளே கண்ணம்மா
என் புன்னகைக் காரணியே.
உள்ளங் கனிய உரைப்பவளே கண்ணம்மா
அங்கையில் நெல்லிக்கனியே.
என்தோளுக்குத் தூணாவாய் கண்ணம்மா
வலிமையின் நுண்செறிவே.

மனத்தின் மலம்நீக்கும் மலரே கண்ணம்மா
மார்கழித் திங்களில் அலர்மொட்டே.
பாலை உய்க்க இரங்குதுளியே கண்ணம்மா
பாசம் மிகச் சொரிபவளே.
காமங் கலக்காத காதலடி கண்ணம்மா
எனைப்பெறா அன்னை நீ சகி...
என்வயதிலேயே எனக்கு வாய்த்த தந்தையடி நீ.

98. இயற்கைக்கு இலக்கணமில்லை

மாசறு பொன்னே மரகத மணியே
பேச அரும் பொருளே
வாச நறும் பூவே
நேச உள்ளத்து அருளே
நெஞ்சுக்கு இதமே...

நின்பெயர் தெரியாதே
நினைப் பற்றி அறியாதே
நெடும்வரி பாடலுற்றேன்...
இருக்கட்டுமே...

தாயைக் கண்ட குழவியின் முதற்சிரிப்பு
அவள் பெயர் குணமறிந்தா நிகழ்கிறது?
நிர்மல அன்புக்கு நியதிகள் இங்கில்லை...
இயற்கை பணித்த நிகழ்வுகட்கு
இலக்கணங்கள் தேவையில்லை.

99. கன்றும் காராம்பசுவும்

கன்று கழிவதையே
காரா பற்றுவைத் தேற்பதுபோல்
கருணைச் சாகரத்துப் பரம்பொருளே...
ஆணவம் கன்ம மாயையொடும்
அழுக்காறு அவா வெகுளியொடும்
கன்று நானுனை நாடி ஓடிவருவனே...

தகுதியற்ற நிலைதனையே தகுதியாய்ப் போற்றி...
காராவே! கனிவுமிகுந்து
என் கழிவுதனை ஏற்றெமக்கு
நற்பாலென ஞானம் சொரிந்தருள்வாயே!

100. முள்ளிவாய்க்கால் மண் சொல்லும் கதை

குறுகி நடந்த பிள்ளை
குண்டுபட்டுச் செத்தது காண்!
கடுகிவழி நடந்தோரெல்லாம்
கன்னிவெடிக்கு மாண்டார்காண்!
வெறிபிடித்த பிணந்தின்னிகள்
பெண்பிணத்தை மேய்வது காண்!
புலிவீழ்ந்த சதிகண்டு
ஈனநரிகள் குதிப்பதுகாண்!

முள்ளிவாய்க்கால் மண்ணன்று
மாரோடு அடித்தழுதாள்...
செந்நீர்பாய்ச்சிச் சேர்குழப்பி
நீங்கள் செந்நெல்லறுத் துண்பீரோ!
காரணமின்றி ஓரினமழித்து
என்ன சுகங் கண்டீரோ!
ஈழத்து ஈரக்காற்று அழுதுபுரண்டு
இறுக்கமாய் இயம்பினள் காண்!

101. நட்பும் கற்பும் ஒன்று

இரண்டும் இருபாலுக்கும் பொது
இயல்பாக அனைவரிடத்துமே மலர்பவை
போற்றுதலுக்கும் காத்தலுக்கும் உரியன
திண்மைக்கு அடையாளம் இரண்டும்
தனம்கண்டு மயங்கத் தகாதவை இரண்டும்...

அகிலத்தார் யாராலும் அழிக்க முடியாதவை
அவரவரே வலிந்து இழத்தலே முடியும் இவ்விரண்டையும்...
ஒருமுறை இழந்தால் தீப்பட்ட புல்
எக்காலத்துக்கும் பழநிலை வாரா.
இரண்டிலும் சந்தேகங்கள் வந்தால்
அதைக்காட்டிலும் அசிங்கமிலை.

102. தண்டித்தல் தவறா

அவர் என்னை நிராகரிக்கத் துணிந்தார் தென்றலே...

சிறிதாய்த் தண்டிக்க எண்ணல் தவறோ?

ஆதலாலே அவர் எனைக்காண வருகையிலே

எங்கே கண்டுவிடுவேனோ என்றஞ்சி

என் கண்களுக்குக் கண்ணீரால் திரையிட்டேன் கண்டாய்!

நான் ஏதோ துன்பத்தில் அழுவதாய் அவர் வருந்திவிட்டால்...

அந்தோ...என் ஆவி அக்கணமே அற்றுப்போம்!

அது நேருமுன் அவரிடம் இச்சேதியைக் கொண்டோடு!

செவியோடு சென்றோது நான்விட்ட தூதென்று...

103. தீங்கென்ன இழைத்தாள் திரௌபதி

ஐவரை நான் மணந்ததாலோ கண்ணா
"ஐயோ!" என என்னை அலறச் செய்தாரோ?
நிகழ்காலத் தெய்வமாக நான் இருந்தென்ன கண்ணா
நடுச்சபையிலே நாயென்றும் என்னை மதித்தாரோ?

மண்ணாசையால் தாம்செய்த போரையே கண்ணா;
என் நகைப்பால் நிகழ்ந்ததெனத் திரித்தாரே தர்மவான்கள்...
சீதைக்கோ அக்கினிப்பிரவேசம்
அரை ஆயுள் ஆனபின்னே கண்ணா...
திரௌபதி மட்டும் தீங்கென்ன இழைத்தாள் கோவிந்தா
பிறப்பே தீயினுட் துவங்குவதற்கு?!
சொல் கண்ணா!
வரலாறே எம்மை வஞ்சிக்க
வஞ்சியென்ன தீங்கிழைத்தேன்?

104. நதியும் நானும்

கடலன்ன உன் தீரத்தில்
நதியென நான் சேர்வதெலாம்
கடல்மேல் நதிகொண்ட பற்றும்
நதிமேல் கடல்கொண்ட அதிகாரமும்.

நதியின் வாழ்நாட் பயன் முந்நீருள் முகிழ்வதே...
என்வாழ்வுப் பயனும் உன்னுள் நிறைவதுவே.
மலைவீடு பிறந்து கடல்வீடு அடைவாள் நதி...
தாய்வீடு விட்டு மறுவீடு கூடுவேன் நான்.

இனிக்கும் நதிநீர் கடல்சேர்ந்தால் உப்பளிக்கும்...
குணங்களைக் குலைக்குமென் றறிந்தும்
மகிழ்வாய் மறுவீடு புகுவேன் நான்.

105. நதியும் நீயும் ஒன்றுதான்

நதியை அனைவருக்கும் பிடிக்கும்
அவளைத் தாயெனப் போற்றுவர்
கரையைத் தாண்டாத வரை...
உனக்கும் அஃதே பொருந்தும்.

தெளிவாய் நீரோடினும்
அடுத்தோர் அழுக்கு உட்சேரும்...
சேராத இடம்நீ சேர்ந்தால்
தெளிந்தமனம் நஞ்சாம் அறிவாய்!

நதி விரும்பாமல் போயினும்
கடலுடன் கலவியே தீரவேண்டும்...
வாழ்வு உனை இட்டுச்செல்லும்
உன் விருப்பத்தை வேண்டாது.

உனைநம்பியும் ஆயிரம் உயிர்கள்
ஆங்கே அன்றாடம் பிழைக்கும்...
அனைவருக்கும் ஆனது செய்து
ஆழியோடே ஆர்ப்பரி!

106. சிறை

உன்னுள்ளே நீ முடங்கி
ஆக்கமின்றி கிடத்தல்
ஊக்கமளிக்காது கண்டாய்!

இவ்வையத்தில் பெரும்பாலான
சிறைகள் தனக்குத்தானே வைத்துக் கொண்டவையே...
அடுத்தவன் செய்த தவறுக்கு
உன் அறிவுக்கு இடும்சிறை "சினம்".

அடுத்தவன் வளர்ச்சி தாங்காது
உன் மனம் உனது வளர்ச்சிக்கே
வைக்கும் சிறை "பொறாமை".

உனக்கு எளிய திறமையை
நீ அறியாது வாழ்வது
உன் வாழ்வுக்கே நீ வைக்கும் சிறை.

107. பேசுவதால் பயனில்லை

பேசுவதால் பயனில்லை என்று
பேசாமல் போன என்னை
பேசவைத்தே தீர்வது என
பேச்சுக் கொடுக்கும் பாதகர்காள்!

சபைநடுவே சழக்குரைத்து
கொச்சைச் சொல் உதிர்ப்பதெலாம்
வீரமென்று நினைப்போ?
அஃது வன்முறை.

நாவேகும் வழுச்சொல்லை
நாத்தவறியும் உதிர்க்காது
உறுதியாய் நிற்பவனையும்
நீர் கோழையெனச் சாடுவதேன்!
எது வீரம், எது வன்முறை என்று
வித்தியாசம் முறையாய் உணரும்!

108. நானும் நீயும், வழியும் இலக்கும்

நான் வழி...
நான் கொண்டுசேர்க்கும்
இலக்கு நீ.
நீயெனைச் சமாதானப்படுத்துவாய்
என நானும்...
நானுனைச் சமாதானப்படுத்துவேன்
என நீயும்...
ஆடிய ஆட்டத்தில் பிரிவெனும் பரிசா பெறவேண்டும்!

ஒன்றை நன்றாகப் புரிந்து கொள்...

இலக்கில்லா வழிக்கு
இவ்வுலகில் மதிப்பில்லை!
வழியே இல்லாத இலக்கு
யாங்கணுமே இருப்பதில்லை.

நீயும் நானும் இணைந்திருக்காவிடில்
நாமிருவரும் இருந்தும் பயனில்லை.

இதில் ஏற்றத்தாழ்வுக்கும் இடமில்லை...
வழியைவிட இலக்கோ
இலக்கைவிட வழியோ

எவ்வகையிலும் உயர்ந்ததோ

தாழ்ந்ததோ அல்ல.

109. உனது மடி எனக்கு வேண்டும்

என் தலைசாய்க்க

என்றும்... என்றென்றும்...

இளமைக் களிப்பிலே நாம் முகிழும் போதும்

இருபிள்ளைகளால் உன்னிடை நிரம்பும்போதும்

பிள்ளைகள் பணியால் பிரிந்து வீடு வெற்றிடமாகும்போதும்

மருமகள் ஆட்சியின்கீழ் வீடு வரும்போதும்

எழ முடியாது கட்டிலோடு கிடக்கும் கிழப்பருவத்திலும்

மெல்ல வாழ்வு விடை கொடுக்கும் போதும்

சிந்தனை நீங்கிய பின் துவண்டுவீழும் தலையைத் தாங்க...

உன் மடி எனக்கு வேண்டும்.

110. விழிசெய்யும் விற்தொழில்

உன் புருவ வில் விடுத்த
பார்வையெனுங் கணை துளைப்ப
துள்ளியாடும் எம் மனம் எனும் புள்ளிமான்
மாண்டு கிடப்பது காண்!
கடுஞ்சொல்லால் தாக்குண்ட நல்லான் உளம்போலே
கசங்கிக் காய்வது காண்!

வண்டாடுங் குழலுடைய
வார்த்தெடுத்த பொற்சிலையே...
வாளி கொண்டு அடிக்குந் தொழில் வஞ்சியே நீ எங்கு கற்றாய்?

வாளியாலே வதையுண்ட மன மானை- உன்
வார்த்தை கொண்டு உயிர்ப்பி!
வரம்போலே வேண்டுகிறேன்
வார்த்தையொன்று உதிர்த்துவிடேன்!

111. பணம் போல் மாங்கல்யம்

ஓலைக் குடிசைதான்
மழைக்கு ஒழுகும் கூரைதான்
சாணம் மெழுகிவைத்த தரைதான்...
ஏன்... இதெல்லாம் தெரியாமலா காதலித்தாய்?

மரத்தடி நிழலில் மடியோடு கிடக்கையிலே என்ன கூறினாய்?
"அதனால என்னடா... நீ ஏருழு நான் விதைக்கிறேன்...
நீ மண்வெட்டியெடுத்து முன்செல்...
நானோ கஞ்சிக்கலயம் சுமந்து வாரேன்...
காட்டில் விளையும் நெல்லறுத்து
காய்கனிகள் நாமுண்டு
சாலை வீட்டிலேயும் சமீன்தாராய் வாழலாமே! " என்றாயே...

எங்கு போனது அந்த புத்தி...
உந்தையின் அறிவுரையில் அழிந்ததா?
"மனம் போல் மாங்கல்யம்" என்று பிதற்றுவாயல்லவா...
இனி சொல்...
பணம் போல் மாங்கல்யம்.

112. விழுந்தாலும் மழை போல் விழு

அருவி போலே இருந்துவிடு
உன் வீழ்ச்சியையும் இவ்வையம்
தலைநிமிர்ந்து வியக்க வேண்டும்.

ஆழிபோலே ஆர்த்துச் சத்தமிடு
உன் தடுமாற்றத்தையும் இவ்வுலகம்
அலையென்று அஞ்ச வேண்டும்.

நிலவு போலே நின்றுவிடு
தேய்ந்து பிறையானாலும் நீ
தேவன் சிரம் சேரவேண்டும்.

இருந்தால் இராமன்போலே இருந்துவிடு
உன் பாதுகையும் பேரரசு
அரியணையில் ஏற வேண்டும்.

113. வரப்போரம் நான்கெடக்க; வரங்கொடுத்துப் போ

கருப்பு நிறத்தழகி கார்மேகக் குழலழகி
கைத்தறிச் சீலையில பின்கொசுவம் நீ மடிச்சுக்கட்டி...
வளைய சூரிய கிரகணமாட்ட முழுக் கொண்டையச் சுத்தி மூனு-முழம் மல்லிகப்பூவ நீசுத்தி...
மண்வெட்டி கையிலெடுத்து வாழக்காடு தண்ணிகட்டப் போற-வளே!

மாமன் மனசு வறக்காடாப் போச்சுதடி...
வரப்போரம் நாங்கொஞ்சம் மடியோட சாஞ்சுக்கிறேன்...
வாழக்காடு போற தடத்துல வாராக்கடனா நானு கெடக்கிறனே...
இந்த மாமனையு கண்டுக்கடி கண்ணு!

114. உன் பெயர்

உன் பெயரை என் வாயால் உரைத்துவிட்டால்
வாயெல்லாம் தாய்மொழிபோல் இனிக்கிறதே!

உன் பெயரை என் சிந்தையிலே இருக்கச்செய்தால்
சிந்தையெலாம் விந்தையாக விசும்புகிறதே!

உன் பெயரை வெற்றுத்தாளினிலே எழுதிவிட்டால்
சித்தன்னவாசல் ஓவம் என்றே தெரிகிறதே!

நினைவினின்றே அகற்றிடத்தான் முயன்றுபார்த்தேன்...
உன் பெயர்பின்னே துணைப்பெயர் சேர்ந்தபின்னும்
அப்பெயர் என் மகள்பெயராய் ஆகிவந்தே...
என் ஊன்துளைத்து ஆவிசென்று உறுத்துதடி.

115. நிகழாத நிகழ்ச்சிகள்

மதியைப் பார்த்து வான்சொன்னது
"என்னுள் நிறையாதே! "
மணத்தைப் பார்த்து மலர்சொன்னது
"எம்மைத் தொற்றாதே! "
வண்டைப் பார்த்துத் தேன்சொன்னது
"என்னை மொய்க்காதே!"
சிட்டைப் பார்த்துக் கிளைசொன்னது
"என்னைத் தீண்டாதே! "
மழையைப் பார்த்து மண்சொன்னது
"என்னோடு புணராதே! "
நயத்தைப் பார்த்துக் கவிசொன்னது
"என்னைச் சேராதே! "
இனிமையைப் பார்த்துத் தமிழ்சொன்னாள்
"என்னுள் கலக்காதே! "

எனைப்பார்த்து நீ சொன்னாய்
"எனை நீ நினையாதே! "
என்றைக்கும் நிகழா இவை;
இயற்கையிலேயே முரண் இவை.

116. கோழி மிதித்துக் குஞ்சு சாகுமா

நீ சீறும்போது நான் பேசாமல் இருப்பது எனக்குச் சினமில்லை என்பதால் இல்லை...
சினத்தைவிட மனம்பெரிது என உணர்ந்ததால்.

நானும் எதிர்த்துப் பேசிவிட்டால் எங்கே நமது நெடுநாள் பாலம் அறுந்து விழுமோ என்ற பயம்.

நமதிருவர் இடையே இருக்கும் மிகமெல்லிய சண்டைகளை அண்டைவீட்டார் அலர்தூற்றலாகாது என்ற விழிப்பு.

என்னதானிருந்தாலும் உன் மனம் நொந்துவிடக்கூடாது என்ற அக்கறை.
இவையெல்லாவற்றுக்கும் மேலாய் உன்மேல் என்தாய்க்கு நிகராய் நான்வைத்த அன்பு...
தாய்கடிந்தால் பிள்ளை எதிர்க்குமா என்ன?

117. ஏழை வீட்டு விறகுக் கட்டை

மல்லிகப்பூ வேட்டிகட்டி ஏராசா நீங்க
வரப்போரம் போகயில -இந்த
மாது மனச மடியில முடிஞ்சு போனீரே!
எட்டடுக்கு மாளிகையில் ஏகாந்தமாய் நீங்கிருக்க; இந்த ஏழைச்-சீவன்
ஏக்கம் மதில்தாண்டி உங்க மனசை எட்டுவதேது!?

மனசுல நீங்க; மாலைக்கு யாரோ!
காதலுக்கு நீங்க; கணவனாக யாரோ!
இந்த ஏழைவீட்டு ஆசையெல்லாம்
அடுப்பங்கற விறகாட்டத்தானுங்க...
எங்க வீட்டுல உலைகொதிக்க
அடுப்புல போட்டுத்தான் ஆகணும்!

118. முகத்திரண்டு இருப்பதன் பெயர் என்ன

என் அகக்கடல் தான் அழிந்துபட
உன் விழிக்கனல் எனைச் சுடுவதுமேன்!
கடலலை எனை உள்ளிழுப்பதுபோல்
நின் விழியலை என்னை வாரி இழுப்பதுமேன்!

உன் முகத்திலிருக்கும் அவ்விரண்டும் விழிகளோ...
அனுமன் சொல்லோ இராமன் அம்போ...
சீதையின் கற்போ வாலியின் வரமோ...
வீடணன் நீதியோ கும்பகர்ணன் பாசமோ...
எதிர் நிற்கும் எனை இல்லாமல் போகச் செய்கின்றதே!

119. ஏதுமற்று எல்லாமானாய்

தோற்றமில்லை முடிவுமில்லை - நீ
ஆணுமில்லை பெண்ணுமில்லை
ஊரில்லை பேரில்லை - உனக்கு
உற்றார் உறவினர் ஒருவருமே இல்லை இறையே...

தோற்றமும் முடிவும் முற்றுமானாய்
ஆண் பெண் இரண்டுமானாய்
ஊரெல்லாம் உனது பெயரெல்லாம் நினதே...
ஊனுரு உயிரானாய் முதலீறு நடுவானாய்...
எல்லாம் உனதானாலும் இறையே,
நீ பற்றற்றுப் பதிவதனால் இறையே,
நீ பார்போற்றும் பொருளானாய் இறையே.
தென்னாட்டவர்க்கு "சிவன்" என்றானாய்...
மீதி எந்நாட்டவர்க்கும் "இறைவன்" என்றானாய்.
இயேசுவை ஈன்ற மரியம்மை ஆனாய்...
இளமுருகினை ஈன்றநல் மாரியும் நீ ஆனாய்.
அருவமான பரம்பொருள் நீயே
அல்லா எனும்நல் நாமம் ஆனாய்.
சைவம் வைணவம் பௌத்தம் சமணம் கிறித்தவம் இசுலாம்...
இன்னும் இன்னும் எண்ணிலடங்கா மார்க்கங்களுக்கு
அடிநாதமே ஆதிஅந்தமே அணுச்செறிவே!

இவையனைத்தும் கடந்து நிலைபெற்று ஆளும்...
அனைத்திலும் நிறையும் எல்லாமான ஏதுமற்ற நிலையே இறை.

120. உள்ளதெல்லாம் உயர்வல்ல

எல்லாப் படிப்பும் படிப்பல்ல - ஆன்ம
உட்பொருள் தேடத் தூண்டுவதே படிப்பு.

எல்லாப் படைப்பும் படைப்பல்ல - படிப்போரின்
கண்ணோரத்தில் ஈரங் கசியச் செய்வதே படைப்பு.

எல்லா அறமும் அறமல்ல - தீவினையற்று
ஈட்டுபொருளை ஈவதே அறம்.

எல்லாச் சிரிப்பும் சிரிப்பல்ல - செருக்களத்தில்
கண் நெருங்கும் அம்புகண்டு சிரித்தலே சிரிப்பு.

121. வெளியூர் போன மாமன்

ஆகாச வீட்டக்கட்டி ஏனுங்க மாமா- நீங்க
அடுத்த ஊரு போனதென்ன!
பத்துச்சுத்துக் கல்கோட்ட- மாமா பளிங்காலே மண்டபங்கள்...
எட்டுத் தலைவாசலும் எம்மாமா
இருந்தென்ன கண்டேனுங்க!

மாலையில சேராத ...மாமா மரிக்கொழுந்தாப் போனேனுங்க!
நீங்க போகயில வெச்ச தென்னை காய் காச்சுத் தொங்குதுங்க...
நம்மூட்டுக் கன்றுக்குட்டி நாலுகன்று பெத்துப் பாலூட்டி நிக்குதுங்க...
ஏனுங்க மாமா- காசுதேடி நீங்கபோக
என் கருப்பையி காஞ்சுபோச்சே!
என் மணிக்குடலைச் சுத்திவர ஒரு மாணிக்கமில்லாமல் போயிருச்சே!
கோவலனப் பறிகொடுத்த கண்ணகிபோல நிக்குறேனுங்க...
இந்தச் சீட்டப் படிச்சாவது சீக்கிரமா ஓடியாங்க மாமா!
எனக்குக் கொழுந்தன்மகன் கொள்ளிவெச்சா கோடித்துணி வேகாதுங்க...
மைத்துனன்மகன் கொள்ளி வெச்சா என் மயிர்கூட வேகாதுங்க!

122. மனிதர் எல்லாம் அடிமைகளே

விஞ்ஞான வளர்ச்சியில் வான்கொண்டோம் என்ற எண்ணமோ?
சற்று பொறு மனிதமே...
இன்னுமே நீ அடிமைதான் என்பதை மறவாதே...
ஆம்... எல்லாம் வல்ல இயற்கைக்கு இன்னும் நீ அடிமைதான்.

அன்னைக் கர்ப்பத்துக்குப் பதில் நீ ஆய்வகத்தில் குழந்தை செய்தாலும்
அக்குழவி "அம்மா" எனக் கத்தும் இயற்கையை உன்னால் கட்டுவிக்க முடியுமா?
முடியாதென்று சொல்ல முரணெதற்கு... சொல்லிவிடு!

தழுவும் திரைகடல் திண்கொண்டு அடித்தால் தடுத்துவிட வாலறிவால் வழிசெய்ய முடியுமா?
பொறைகாக்கும் பூநிலம் பொங்கி எழுந்தால்...அவள் வாயினுள் போவதல்லால் வழியென்ன உளது?
இயற்கை நினைத்துவிட்டால் ஈகூட மிஞ்சாது நீயென்ன அற்பம்!

123. சிரிப்பின் ஆழம்

துயரத்திலும் சிரிப்பவன்
துறவினுள் மேன்மைகண்டோன்.
வஞ்சனை செய்தாரையும் கண்டு
வாயாரச் சிரிப்பவன்
வையத்து வேந்தனவன்.

எந்நேரமும் சிரிப்பவனை
ஏமாளி என எண்ணாதீர்
சிரிக்கும் முகம்பின்பு
அகம் அழுவதை உம்மால் அறிதல் ஆகுமோ!
எத்தனையோ வலிதாங்கி அவன்
அச்சிரிப்பினைப் பெற்றெடுத்த பேற்றுவலி உணர்தல் ஆகுமோ!

தாமரை இலைமிசை தள்ளாடும் நீர்போலே
அவன் சிரிப்பும்
உதட்டோடே உறவுகொண்டு ஓடுவது...
எந்நாளும் உள்ளந்தனில் ஒட்டாது ஓடுவது.

124. குட்டிபோடு மயிலிறகே

என் பள்ளிப்பருவத்து
பளிங்கொத்த நினைவுகளைப் பக்குவமாய்த் தாங்கிக்
கருவுற்றிருக்கும் மயிலிறகே!

இன்றேனும் பிரசவித்துவிடேன்...
மாட்டாயா...
எனக்கே குழந்தைகளிருவர் பிறந்தாலும்
நீ போடும் குட்டிகளைக் கண்ணாரக் கண்டுவிட
என்றும் ஆவலுடன் நான்... உன் இளமைப்பருவத்துக் காதலன்.

125. விவசாயம் அழியுமா

அதெப்படி...
மனிதனுக்குப் பசி என்றொன்று
உள்ளமட்டும் விவசாயம் நிச்சயம் நடக்கும்.

ஆனால் இன்று ஏழை கையிலிருக்கும் விவசாயம்
நாளை எவனோ ஒருவன் கைக்குச் செல்லும்...
ஆயிரத்துக்கு விற்கும் அரிசி
இலட்சத்துக்கு விற்கும் அவ்வளவே...
வேறேதும் நிகழாது.
நிம்மதியாய்ப் படுத்துறங்கும்!

126. பாகம் பிரியாள்

நட்ட நடுநிசி
நங்கையும் நினையுந்தவிர
நாயும் நடமாடாச் சாலை...
பல்லைக்காட்டும் நிலவு
என்புவரை செல்லும் மார்கழிக் காற்று...

உனக்கும் எனக்கும்
வண்டியோடும் இடைவேளை
என் உதட்டோரச் சிரிப்பையறிந்து
நீ நாணிநிற்கும் அவ்வேளை...

கொஞ்சும் இளமையிலும்
நீ கொண்ட கண்ணியத்தில்
எம் தந்தையின் தரிசனங் கண்டேன்.

பிரியும்போது காதல்கசிய நீ ஊற்றிய சொற்கள்...
அச்சொற்களுக்காகவே வாழ்க்கையின்
விளிம்புவரை வருவேன்...
என்றும் உன்னுடன்...
பரமனின் சக்தியெனப் பாதியுடல் பற்றிக்கொண்டு.

127. நடனமாடும் நாட்டியமே

கணங்கள் ஒளிவீச
நிமிடம் நடமாட
மணித்துளிகள் மயங்கி மருகவே...

கருமுகிலைக் குழலாக்கி
கார் அண்டம் கொண்டையெனக்
கொண்ட மன மையலே!

விண்மீனின் நிகராக
நகைக்கும் நல்முல்லை
நயங்கள் பல சொல்லுதே...

கலையைக் கருக்கொண்டு
கலையா நடமாடுமுனைக்
கலைமடந்தை கண் ஒற்றுவாள்.

128. பரிசு

தீயின்மீது தீராக் காதலெனக்கு
தீண்டவா முடியும்?
காற்றின்மீது கணக்கிலாக் காதல்
கட்டியணைக்க முடியுமா?
ஆகாசத்தின்மேல் ஆசைகள் ஆயிரம்
அன்புமொழி பகருமா?
மண்ணின்மீது மலையளவு காதல்
மார்போடு அணைக்கமுடியுமா?
நீரின்மீதும் நெடுநாள் நட்பெனக்கு
கையிலே சிக்குமா?

இவற்றின்மீது காதலா... ஆம்...
ஆம் அன்பே...
நீயோ எமக்குத் தனிமையைப் பரிசளித்தாய்...
நீயளித்த தனிமையினை வேறு யாரிடமாவது
அளிக்கலாம் என்றிருந்தேன்...
இவைகள்தாம் ஏற்குமாம்.

எனினும் தீயன இவைகள்...
உனைப்போலே எனக்கேதும் பரிசளிக்கவில்லை...
பாவம் அவைகளுக்கு உன்னைப்போல் இருக்கத் தெரியவில்லை!

129. காலங்கள் கலிகொண்டு ஆடட்டுமே

காதலைக் கடுகளவு கடத்திடுமோ!
கண்டங்கள் கடலுக்குள் கவிழட்டுமே...
காதலை காதவெளி இழுத்திடுமோ!

வாலிபத்தின் சீராக
வயோதிகம் வந்து சேரட்டுமே...
செல்வநிலையின் நீட்சியாக
ஏழ்மைநிலை நீளட்டுமே...

பளிங்குபோல் பளிச்சிட்ட தோல்
கடல் அலைபோல் சுருங்கட்டுமே...
காமமெனுங் காட்டுத்தீ
கரிந்து அவிந்து தீரட்டுமே...

எது நேர்ந்தால் என்னடி தங்கம்...
இந்தக் கிழவனுக்குத் தலைசாய உன் தோள்,
அந்திவரை கோர்த்து நடக்க உன் கை,
என் மகராசி உனைத்தாங்க என் மடி.

130. சட்டியில் தப்பி அடுப்பில் விழுந்தோம்

தனக்குப் பிடித்ததைப் படித்தால்
தகப்பன் இறக்கிவைக்கும் பாரத்தை
தோள்மேல் தூக்க முடியாதென்று...

குடும்பத்துக்காகத் தன் கனவையும்
மன நிறைவினையும்
மண்ணோடு புதைத்துவிட்டு...

தனக்குள்ளே தானடங்கும்
தலைவனிடம் வினவிப்பாருங்கள்
அவன் தொலைத்துவிட்ட கனவுகளை...

பிடித்தது கிடைக்காததால்...
கிடைத்ததைப் பிடித்தது போலாக்க
அவன் செய்யும் முயற்சிகள்
முடியாத் தொடர்கதைகள்...

காட்டுத்தீயிக்குப் பயந்தோடிவந்து
வேடுவன் வலையில் அம்பிட்ட
மானின் நிலையொத்தான்.

131. ஏறுபோல் பீடுநடை

நல்லன நிற்றல் வேண்டும் பராபரமே
அல்லன ஒழிதல் வேண்டும்.
கல்லென உறுதி வேண்டும் பராபரமே
செயல் செவ்வனே முடிதல் வேண்டும்.

இலக்கியம் நிற்றல் வேண்டும் பராபரமே
இலக்கணப்படி வாழ்வு வேண்டும்.
எண்ணிய எண்ணமெல்லாம் பராபரமே
இனிதாயின் நடந்திடல் வேண்டும்.

கண்ணோட்டம் நல்லது வேண்டும் பராபரமே
காலநிலை தவறாமை வேண்டும்.
காரிகைகள் கரிருளில் நடந்து சென்றாலும்
கலக்கமின்றி பீடுநடையிடும் அறம் வேண்டும்!

132. உயிர் விடு தூது

தென்றலைத் தூது போகச்சொன்னால்
தெருவெல்லாம் தூற்றிவிட்டுப் போகுமென்று...

என் உயிரையே உரையாட அனுப்பினனே...
என்மன்னா தூது வந்து சேரலியோ!
நினது நிரம்பும் அழகால்
ஆரணங்கு என் ஆவி அவிந்தே போயிருக்கும்...

செழியன்நீ கண்ணால் இட்ட கட்டளை
சிரமேற் கொண்டு நானும்
சீராக நினைப்பெறவே
நீக்கினனே என் அகத்தை.

133. உழவன் வீட்டில் ஒரு நாள்

*ஏலே பொன்னு!..முலைவத்துன வெள்ளாட்டு
மூத்த குட்டி பாலுக்குக் கத்துதடா...*

*மூனுபடி பால்சுரக்கும் நம்மூட்டு மகராசிக்கு
கம்பு ஆட்டி வச்சிருக்கேன்; கடலைப் புண்ணாக்குக் கலந்துவச்சு
கன்றுகுடிச்ச மிச்சத்தக் கறந்தாடா!
தாய்ப்பாலில்லா குட்டிக்குத் தாராளமாக் காட்டிவிடறேன்.*

*கண்ணு! சோறு கொதிக்குது... மேக்கால தோட்டத்துல காய்காச்-
சுத் தொங்குது... அறுத்தாடா!
நெல்லறுக்க ஆள்வருது எல்லாருக்கும் ஆக்கவேணும்.*

*ஏனுங்க... கூலிதரக் காசில்லைங்க
கூலிகுறைப்பதும் குறைமரக்கால் அளப்பதும் மாபாவமுங்க...*

*வேலையில்லாத மூக்குத்தி வீணால தூங்குது... இந்தாங்க இதவச்-
சுக் காசு வாங்கியாங்க! சொன்னா கேளுங்க!
நெல்லவித்துத் திரிப்பிக்கலாம்...*

134. மௌனம் பேசுகிறேன்

மூண்ட தீமைக்கு முடிவுதரும்...
தீமையே மூளாமலும் தடுக்கும்.

அற்ப நொடிகள் மௌனித்து இருந்தால்...
ஆயிரம் விவாகரத்துகள் இங்கேது?
அவர்களிடம் வினவுங்கள் மௌனம் பற்றி.

உணர்வுகள் ஒன்றிய காதலர்கள்
கண்ணொடு கண்ணினைக் கவ்வியுண்ணும் வேளைதனில்...
அவர்களின் மௌனம் சொல்லும்...

ஞானியிடங் கேளுங்கால் பகர்வார்...
தவத்தின் மூலப்பயன் மௌனம்,
மொழிகள் கடந்தும் மொழியும் பொருளைத் தெள்ளியதாய் உரைத்தல் மௌனம்,
அண்டத்தைப் பிண்டத்துள் கொணர்வது மௌனம்.

135. உயிர்மெய்யே மனம் வையே

என் உதட்டினிலே ஊஞ்சலாடி,
உயிருக்கு மெய்யாகி; ஊனுக்கு உரமாகி; மறமாகி; திறமாகி
எம் கரங்கோர்த்துப் பதிபவளே என்னுயிரே!

எல்லையும் ஒப்புமையும் இல் என்சகியே!
கண்ணிறைவே தண்தெளிவே; ஆற்றுப்படுத்தும் அறிவொளியே!
வாழ்வுக் கருப்பொருளே அருஞ்சிலையே!

என்னுயிர் பிரியும் வேளையிலும், என் நாவில் நீ இருப்பாய்...
என் நா வெந்து போனாலும் வெஞ்சாம்பலிலும் நீ மணப்பாய்.
என்தாயின் உதிரம் என்னுள் ஓடும்வரை தமிழே!
என்தாயே! எந்தையே! எனதுயிர்மெய்யே! என்னுள் நீ என்றும் நிறைவாயா?

136. இக்கால பாப்பா பாட்டு

மோதி விளையாடு பாப்பா - நீ
ஒருவரையும் நம்பலாகாது பாப்பா.
கூட்டத்தோடு இருந்துவிடு பாப்பா - நீ
குழந்தையென்றும் பாரார் பாப்பா.
கொற்றவன்போல் குடிகளிங்கேயடி.

வக்கிரம் வதிபொழியும் உலகம் - நீ
வலிமை கொண்டு வெல் பாப்பா.
பித்துப் பிடித்துத் திரியுது மனிதம்- நீ
பத்திரமாய் இருந்துகொள் பாப்பா.

வெறிநாய் இருப்பது தெரிந்தால் - நீ
அவ்வீதிவழி செல்லாதே பாப்பா.
வெறிபிடித்த நாயுக்கு பாப்பா விதிமுறைகள் தானும் உண்டோடி?
"சிவனே" என்று செல்வோரையும்
சீரழித்துச் சிதைத்துவிடும் பாப்பா.

137. எல்லா வேளையிலும் ஒரே நீதியா

ஆணும் பெண்ணும் நிகரெனக் கொள்ளுதல்
அந்த அந்தி சிந்திச் சிந்துபாடும் வேளையிலும் பொருத்தமா!

வேண்டாம் விட்டுவிடேன்...

உன்தாள் வரை தாழ்ந்து- தவழ்ந்தாடும்
குழந்தையாக வரங்கொடுப்பாய்!
எனைக் கொண்டவளே; என்வாசமனைச் சீமாட்டியே!

138. ஏழைத்தாய்

உன்னிடம் என்ன கேட்கப் போகிறேன்?
ஜமீன்வீட்டுக்குள்ளே குருவிக்கூட்டைப் போல் - ஒரு
சிறு மூலையிலை முடங்கிவிடுகிறேன்.

உன்தந்தை கிடந்துபோன இற்ற கட்டிலில் காலம் கழித்துவிடுகி-றேன்.
நீயும் நினது வாரிசுகளும் செழிப்பதை என் கண்ணிறையக் கண்டு
கலிநீங்க ஆசையடா!

இதற்குமேலும் நான் நீங்க வேண்டும் என நீ நினைந்தால்... என்
ஆசையெல்லாம் எனக்குப் பெரிதல்ல...
தாயை மதியாதவன்நீ என தரணி ஏசுமேடா உன்னை... அதுதான்
பயம்.

139. இன்னும் உன்மீது நம்பிக்கை போகவில்லை

உன் சுவாசக் காற்றில்
நான் வாழ்வேன் என்று
ஏமார்ந்து இருந்துவிட்டேன்...

'நீ' எனும் தண்டவாளத்தில்
'நான்' எனும் வண்டி நகர்வதை
நாயகன் விரும்பவில்லை போலும்,
தண்டவாளத்தை இழுத்துக்கொண்டான்.

இன்னும் உன்மீது நம்பிக்கை போகவில்லை...
அதனால்தான் ஏனோ
நீ விரும்பவில்லை எனக் கூற
இப்பேதை மனம் ஒப்பவில்லை.

140. ஆட்டுகாரக் கருப்பாயி

கண்டாங்கி மடிச்சுக்கட்டி- என்
கருவாச்சி நீ நடந்தா...
கால்பட்ட பக்கமெல்லாம்
கள்ளிக்காட்டில் கனிவிளையும்.

வாய்க்கா வரப்போரம்- என்
வஞ்சிக்கொடி நீ நடந்தா...
வாய்க்காத்தண்ணி வரப்பேறும்
உன் கால்தொட்டுச் சுவையேற.

சீக்கிரம் ஓடியாடி...
ஆடுமாடு நாயெல்லாம்- தங்க
ஆத்தாளக் காணமின்னு
ஏக்கங்கண்டு நிக்குது.

141. பாவைக்காய் ஒரு பா வகை

வெண்பாவை அவளை வர்ணிக்க
நான் இயற்றிய 'வெண்பா'வை
வஞ்சிப்பாவை அவள் படித்தாள்...

சித்திரப்பாவை அவள் களிப்பு மேலோங்க
'கலிப்பா' ஒன்று அளித்தாள்...

'ஆசிரியப்பா'வையே அசைத்துப்பார்த்தது
அவள்தன் கண்களால் அளித்த 'புதுக்கவிதை'.

142. வெற்றி உனதல்ல

வாழ்க்கையில் நீ பல்லுயரம் பாயலாம்...
ஆனால் அதற்காக ஒருவர் தன் வாழ்வையே தியாகித்துத்
தானமளித்தார் என்பதை மறவாதே!

அம்பு கச்சிதமாக
இலக்கை அடைகிறது என்றால்...
அதற்காக வில்லொன்று தன்னை
வளைத்துக்கொண்டதால் தானே அஃது சாத்தியப்பட்டது?

வெற்றி உனதாகலாம்... எனினும்
அதற்கான வித்தை விதைத்தது நீ மட்டுமல்ல என்று உணர்...
காலனான தலைக்கனம் கழன்றோடும்.

143. தீ தனக்குத் திசை இல்லை

சீதையும் சீர்மிகு கண்ணகியும்

ஏதோ ஒரு வகையில் வரலாற்றால் வஞ்சிக்கப்பட்டவர்கள்தாம்...

எனினும் தமக்கு நேர்ந்த கதியை

விதியென்று வேடிக்கை பார்த்திருந்தால்

அவர்கள் தெய்வம் அலர்.

கண்ணால் நகுபவள் தன் வெஞ்சினத்தால்

வஞ்சியின் வலிமைசான்று மதுரையம்பதி அழித்தாள்.

பிறைநுதல் பெருந்தவத்தாள்

தன் கற்பின் கனலால்

பார்போற்றும் பொன்னிலங்கை

மாநகரும் மன்னவனும் அழியக் கண்டாள்.

பெண்கொதித்தால் பூமிதாங்காது

மானிடா... நதி கிளர்ந்தால் கரைகள் காணாது...

தீ நினைந்தால் திக்கெட்டும் சதிராடும்.

144. பொய்யும் மையும்

வாழ்வது ஒருமுறை
வீழ்ந்தாலும் வருத்தமில்லை...
நீயாக வாழ்ந்துவிட்டுப் போ!

அடுத்தவர் பக்கங்களை
உனது புத்தகத்தில் தேடாதே!
அது அர்த்தமற்ற அறிவீணச் செயல்.

உனது வாழ்க்கைப் புத்தகத் தாள்களானது
உனது அழகிய அனுபவங்களால் நிரம்பக் காத்துள்ளது...
அதை உன் சொந்த மைகொண்டு நிரப்பு,
அடுத்தவர் வாழ்வெனும் பொய்கொண்டு அல்ல.

145. வரம்வாங்கி வாரேன்

எனக்குன்னு பொறந்தவளே,
எங்கக்கா மக அருக்காணி...

அள்ளிமுடிஞ்சு ஒரு கோடாளிக் கொண்டையிட்டு
அங்குலம் மல்லி அதில் செருகி
மலைபோலத் தலைநிமிர்ந்து மகராசி நீ நடந்தா...

ஊர்காக்கும் மகமாயி உத்தமி வாராளுன்னு,
ஊருசனங் கைகூப்பி உமையென உமைவணங்கும்.

மூனுவள்ளப் பூமியில முப்போகம் நீ விளைவிச்சா...
மாடுகட்டிப் போரடிக்க மாளாது செந்நெல்லுன்னு,
யானைகட்டிப் போரடிக்க யானைக்கே சலுப்புத்தட்டும்.

அடுத்தப்பொறவி எனக்கிருந்தா உன்
மணிக்குடலச் சுத்திவரும்
மகனாகப் பொறக்க பரமனிடம் வரம்வாங்கி வாரேனடி.

146. கருமேகத் திரைநடுவே

வாரி வழிச்செடுத்து வலதுகன்னம் முத்தமிட்டு
இடையோட இணைச்செடுத்து இடதுகன்னம் முத்தமிட்டு
வெண்ணிலவும் வெட்கப்பட விளையாடி வருவோம் வா!

கருமேகம் மதிமறைக்க கார்குழல் என் முகம் மறைக்க,
காற்றுக்கு இதமாக உன் கண்டாங்கி காத்திருக்க,
மல்லியப்பூ மணக்குதடி மாமன்மனசு மயங்கிடத்தான்.

147. காலனுக்கு நன்றி

சடமான என் உடலுக்கு
சுவாசமென ஆனவள் நீ...

உயிர்நான் கிடந்துதவிக்க
சுவாசமற்ற சவம் நானாக
காலன் செய்த லீலையிதுவோ!

கருணை வள்ளலுக்கு அநேக நன்றி...
உனது உடலைப் புதையச் செய்தானே தவிர...
உன் உயிரை என்னிடமே
விட்டுவிட்டான் பார்த்தாயா!

காலமும் காதல் கண்டஞ்சும்.

148. கண்ணன் எழுதும் காவியம்

குடைபோலே நான்கவிழ - உன்
குங்கும இதழ் விரிய
வண்டாடும் உன் இதழ்தீண்ட -என் சிரம்சேர் இறகுகள் நர்த்தன-மாட...

நான் உன்மேல் மேவும்
அழகது எத்தகது அறிவாயா?

வெற்றுத்தாளின்மேல் எழுதுகோல்
படர்வதுபோல் படர்கிறேன் இராதா.

நாமிருவரும் எழுதும் காவியத்தைக்
காலமுள்ளவரை காதலுக்கு இலக்கணம் ஆக்கட்டும்...
என்னுயிரில் விளையாடி
விரலில் தலைசீவித்
திரியும் என் அங்கமே! என் இராதா!

149. என்னைக் கொள்ளாமல் மிச்சம் வை

நாத வேதமடி நின் நகத்தால்
நரம்பில் எழும் இச் சப்தம்.

என் மெய்யதனை வீணையாக்கி
நரம்பதனை அதன் தந்திகளாக்கி
நீ மீட்டுகிறாயே காதலெனும் கீதம்...

மகுடிக்கு ஆடும் அரவம்போல்
காற்றுக்கு ஆடும் விருட்சம்போல்
தாளத்துக்கு அபிநயிக்கும் கணிகைபோல்
மருள்வந்த பக்தனைப்போல்
பலவாறு என்னை ஆட்டிப் படைக்கிறது.

உனதிந்த இசைவேள்வியினில் ஆகுதியான எனை
கொஞ்சமாவது மிச்சம் வையேன்!

150. கேளடி பூம்பாவாய்

பூவினுள் பூகம்பமாவாய் நீ பூம்பாவாய்
பஞ்சினுள் உறுதியாவாய் நீ...
பூமியுள் பெருநெருப்பாவாய் நீ பூம்பாவாய்.

மென்மையுள் மறம் நீ
காரிகையுள் காளியும் நீ.

ஆக்குதலுக்கு அதிகாரி நீயானால்
அழித்தலுக்கும் அஃதே பொருத்தமன்றோ?

போற்றி போற்றி சயசய போற்றி!
பெண்ணறம் பூண்டு நிற்பது தாய் சிவசக்தியாம்.

151. வினைத்தொகை

காத்திருந்தேன்

காத்திருக்கிறேன்

காத்திருப்பேன்...

முரண்பட்ட எண்ணங்களை முறித்து

முக்காலமும் உனக்காக...

"நான் வந்துவிடுவேன்" என்று

நீ மொழிந்ததை ஆதாரமாய் வைத்தே.

எனக்கு எப்படித்தான் தெரியாமல் போனதோ...

காலத்துக்கு முடிவென்பதே இல்லையென்று.

152. மொழி

எங்கள் மொழியைப் படியுங்கள்-என்று
அதிலுள்ள இலக்கியங்களை
எடுத்து இயம்பியிருந்தால்
நாங்கள் படித்திருக்கலாம்...

வெற்றுவயிர் வளர்ப்பதற்காய்
எங்களை ஒருமொழியினைக்
கற்கவேண்டும் என்று கதைப்பதை நிறுத்து!
அது அம்மொழிக்கு அவமானம்.
மொழிப்பற்று மிக்கவர்கள் நாங்கள்,
எம்மொழியையும் அவமதிக்க விடோம்...
எம் மொழியையும் அவமதிக்க விடோம்.

153. ஏலேலங்கடி ஏலேலோ

மணிமணியா நெல்லெடுத்து
மாரியம்மன மனசில் வெச்சு
மாமன் மக தூவயில
ஏலேலங்கடி ஏலேலோ...

பசுபசுன்னு முளைக்குதடி
ஏலேலங்கடி ஏலேலோ.

முளைச்சநாத்து அத அரிச்சு
முறையாக நானுங் கட்டி
அவபக்கம் வீசிடுவேன்
ஏலேலங்கடி ஏலேலோ...

பக்குவமாப் பிடிச்சிடுவா
ஏலேலங்கடி ஏலேலோ.

நாத்த அவ நட்டயிலே
அவ மனசுபோலத் தான்தழஞ்சு
குமரியைப் போல்குனிஞ்சு நிக்கும்
ஏலேலங்கடி ஏலேலோ...

கோடி சனம் வயிர் நிரப்ப
ஏலேலங்கடி ஏலேலோ.

154. அபிநயங்கள் பிடிக்காதே

அபிநயங்கள் பிடிக்காதே என் கலைச்செல்வமே...
அசிங்கம் பொறுக்காது அன்னங்கள் அகழியினில் வீழ்ந்து அழி-
கின்றன.

சிலைபோலச் சமையாதே என் சீமாட்டியே,
மாமல்லபுரத்து மகா சிற்பியும்
மனங் கசந்து மயங்கிப் போவான்.

கண்ணால் ஒரு கவி செய் என் காரிகையே,
கம்பனும் போட்டிக்கு இன்னொரு காவியம் எழுதட்டும்...
வாய்திறந்து ஒரு சொல் மொழிவாய் மதுமொழியாளே,
தமிழுக்கும் நின்மேலே பொறாமை எழட்டும்.

155. சுயத்தைத் தொலைத்துத் தேடுகிறேன்

மார்கழியில் மணிமணியாய்
மனங்கலக்கப் பனிப்பொழிய...

என்முகத்தில் மட்டும் இதமான ஈரக்காற்று,
உன் நாசியினின்று நளினமாய்
நங்கையெனைத் தீண்டுது நின்சுவாசம்...

சிலநொடிகள் நான் கண்மூட,
வயிற்றில் பூத்த வசந்தமே - உன்
பால் பற்கள் பதம்பார்க்க
உதட்டின்மேலே நீ முத்திரையிட்ட அந்தநொடி...

பூலோகம் என்றொரு பாங்கயிற்றை - இந்தப்
பூம்பாவை அறுத்தேனடா!
நங்கைக்கான நாணத்தையே நானும்
நசுக்கி நின்னிதழ் சுவைத்தேனடா!

156. வா

கொண்டையிட்ட என் குழலை அவிழ்த்தெறி
உச்சியினில் சிரிக்கும் பிச்சியை உருவியெடு
எனைச் சீண்டிவிட்டு சீக்கிரமாய் ஓடி ஒளிந்துகொள்
எனது முந்தானையுட் புகுந்து முத்தங்கள் பெற்றுக்கொள்
இரவெல்லாம் தூங்கவிடாது எனையொரு வழிசெய்

என் மார்பினுள் தலைபுதைத்து,
என் அங்கங்களில் நீ கீறிய தழும்புகள்
என் பெண்மையின் பரிபூரணத்திற்கான முத்திரைகள்.

எனது பத்துமாத பத்தியத்தால் பூத்த சித்திரமே! ஓடி வா...

157. பாய்மரம்

வெற்றி என்பது என்றைக்குமே கிடைத்திடாது,
என்றாவது ஒருநாளேனும் நிச்சயம் கிட்டும்.

விதி என்பததை வீதியினில் நிறுத்து,
மதி என்பதே மார்க்கமதை நல்கும்.

சதி செய்வோரவர் செய்துகொண்டே இருக்கட்டும்,
கதியற்றுத் திரிவாரவர் சத்தியமிது உணர்.

காலம் உள்ளவரை கரைகாணாது கல்,
உயிர் உள்ளமட்டும் ஓயாமல் உழை.

மழைவரின் மேகத்துக்கு மேல்பற கருடனாய்,
தடைவரின் தலையேறி மிதித்துச்செல்.

தாய்மொழியதைத் தாய்க்கு நிகராய் மதி,
தாய்மொழிக் கல்வியே உன்னைத் தரணியாளச்செய்யும்.

பிறந்த நாட்டை பெருமை கொள்ளச் செய்,
சொந்த மண்ணை என்றைக்கும் மறவேல்!

சோறுபோட சேற்றில் கால் நணைக்கும் உழவன்,
ஊன்வளர்க்க உணவுண்ணும்வரை போற்று.

பாட்டன்பூட்டன் உனக்களித்த பூமி,
பாதுகாத்துப் பதப்படுத்தி உன் மகனுக்குக் கொடு!

பழிசொல்வோன் அவனிடமே வழியையினை வேண்ட
ஒன்று வழிகிடைக்கும்; எனில் பழியது ஒழியும்.

ஏமாறுவார் உள்ளவரை ஏமாற்றுவார் இருப்பார்,
ஏதாயினும் ஆலோசித்து முடிவு செய்.

நல்லோனாய் இரு என்றும் தவறே இல்லை,
வலிய வல்லோனாயும் இரு என்றும் துன்பமேயில்லை.

நண்பன் மேல் எந்நாளும் சந்தேகம் வரக்கூடாது,
வரின் நட்பெனும் பெரும்பந்தம் பெறத் தகுதியற்றவனவன்.

எதிரியை என்றும் எள்ளி நகையாடாதே,
சேனைக்களிறும் சிற்றெறும்பினால் சாகும்.

மனிதன் என்பவன் ஒரு சூழலியற் பிராணி,
சூழல்மாற பூனையும் புலியாகும் புரிந்துகொள்.

யாரையும் நம்பு அதிலொன்றும் தவறில்லை,
யாரையும் நம்பி உன் வாழ்வினை நடத்தாதே.

வாழ்க்கை எப்பொழுதும் பிடித்தையே வழங்காது,
வாழ்க்கை வழங்குவதையே சுவைத்துமகிழ்.

ஆடி அடங்குவது ஆறடி நிலமே ஆதலால்
பேராசை பொறாமை வன்மம் அழித்து ஒழி.

எதிரிக்கும் அறிவுண்டு எனும் மெய் உணர்,
இராமன் கூறிய வாழ்க்கைப் பாடம் இது.

வாள்ளுவனெனும் வாழ்வியல் வேங்கை,
வாழ்வாங்கு வாழ நிதம் ஈரடி கற்றுணர்.

நாலடியும் நல் ஏலாதி திரிகடுகம் இன்னாஇனிய நாற்பதென்றும்
அறம்கூற நன்னூலுமிங்குண்டு.

அனைவரும் அனைத்தையும் சாதிப்பதென்பது,
அசம்பவம் அது அடிமுட்டாள் நினைப்பு.

எல்லோர்க்கும் இங்கு ஒவ்வொன்று எளிது,
அது இன்னதென்று அடையாளம் கண்டுகொள்.

தெளிந்தோடும் நீர்போல் உள்ளத்தை உருக்கொள்,
நிற்கும் குளங்குட்டை கலங்கிவிடக் கூடும்.

கடைசியாய் ஒன்று கதைப்பேன் கேளாய்,
வாழ்க்கையென்பது போட்டியல்ல வெல்ல,
வாழ்ந்து காட்டவே வாழ்வென்றுணர்.

வாழ்வெனும் பெரும் புத்தகம் அதைப் புரட்டி,
மூத்தோர் அனுபவம் அதனுள்ளே புகுத்தி,

கட்டிய ஓடம் நீ ஓதிய இவ்வெழுத்து,
ஏறி அமர்ந்து பிறவிப் பெருங்கடல் கடப்பாய்,
கவியெனும் இப்பாய்மரம் விரித்து...

158. காதலிக்கத் தேவையில்லை

"காதல் கவிதைகள் கதைக்கிறாயே
யாரையும் காதலிக்க மனமில்லையோ கள்வனே!"
என்றான் எனைப்பார்த்து ஒருவன்...

என் பதில்...
காதலெனும் உணர்ச்சியினை
காகிதத்தில் கதக்கியதால்
கண்ணகையிடம் காட்டுவிக்க
காதலொன்றும் மிச்சமில்லை.

தமிழைநான் காதலிப்பதால்
தரணிதனில் வேறோர் எப்பொருளும்
தமிழ்போலே களிப்பளிப்பது இல்லை.

159. வரம்பெற்ற மழைத் துளிகள்

நயங்களின் நாயகியே - நின்
நயனமெனும் நங்கையினைத்
தழுவித் ததும்பிவிட எத்தவம் செய்தனவோ இத்துளிகள்!

மனந்திரிக்கும் மழைவேளையில்
மயிலிறகாய் நீ மிளிர...
கவிழ்குடையாய் நான் அணைக்க...
மழைதப்பப் பட்சியொன்று மரந்தங்குவதுபோல்- என்
மார்போடு நீ அணைய...
எனது ஆண்மையுள் தாய்மையை
எடுத்தியம்பிய தருணமது.

160. கசக்கி எறிந்த காதல் கடிதங்கள்

என் உயிரே!
நீ கசக்கி எறிந்த காதல் கடிதங்கள்
வெறும் தாளும் மையுமென்றா
வெற்றெண்ணம் கொண்டாய்?
அவை என் மெய்யும் உயிரும்
என்ற மெய்நீ அறியாயோ?

பொய்யிடை நினக்காக- என்
மெய்யதனைத் தாளாக்கி
உள்ளூறும் காதலெனும் சுவையை;
கள்வெறியை உண்டாக்கும் களிப்பமுதை;
ஊனமறு உட்பொருளை;
மானிடத்தின் மார்க்கமான மாபொருளதனை...
வழித்தெடுத்து மையாக்கி
என் எண்ணமெனும் எழுதுகோலால்
தீட்டப்பெற்ற விசித்திர சித்திரம்...
இந்தக் காதல் கடிதங்கள்.

161. நெற்றிக்கண் திறப்பினும் குற்றம் குற்றமே

தகர்த்தெறி தடைகளை...
உனக்கு அரணான ஒழுக்கத்தினை அல்ல.
அடிமையாகு...
அடுத்தவனுக்கல்ல உனக்கு.

ஆண்செய்யும் அனைத்து தவற்றையும்
தப்பாமல் செய்வது பெண்மையெனப் படாது.
பெண்மைக்குக் குழிபறைக்கும் குற்றங்கங்கள் என்றுணர்!
ஆண்செய்தல் தவறென்றால்
பெண்செய்யினும் தவறே... பெண்ணியமல்ல.

162. வாழ்வின் இலட்சியம்

ஒவ்வொரு கவிஞனின் வாழ்வியல் இலட்சியம்...
சாகித்திய அகாதமியோ சரித்திரச் சிறப்போ அல்ல.
தான் பெற்றெடுத்த செல்வங்களை
நல்லுள்ளங்கள் நான்கு படித்துவிட்டால்...
கால் நிலம் படராது...கர்வம் தலைக்கேறும்.

தான் பெற்ற பெண்குழந்தை தரணியிலே திரிதல்போல்
அதுகண்டு மகிழும் தந்தைபோல்
தன் கவியெண்ணிக் கரைபவன் கவிஞன்.

தூலமாக உலகில் இருப்பினும் சூக்குமமாக எங்கோ திரிபவன்.
இல்லாப் பொருளையும் உருவகித்துக் கருவாக்கி...
பிரம்மன் தன்படைப்பில் அவனையும் மிஞ்சுபவனாம்.

163. கண்ணன் தெரியும் தருணம்

மாடப் புறாவே மல்லிகை மொட்டே
மாங்காட்டுக் குயிலே மரகத மயிலே
மாகாதல் மணியே மையலின் மையமே...
உனைப் பிரிவேன் என்றா வருந்துகிறாய்?

நீ எவ்விடம் சேரினும் அவ்வழி சேர்வேன்
மாயக் கண்ணனின் மனம்நீ அறியாயோ?
எனைக் காண கண்ணாடியிலுன் முகம்காண்!

164. சாலை வீட்டுச் சமீன்தாரு

நீ குளிக்கும் குளத்தினிலே
நீராகிக் கிடந்திருந்தால்
நின் தாள்கழுவி மகிழ்வேனே!
சிறு மீனாகப் பிறந்திருப்பின்
நின் விரலிடை உட்புகுந்து
உல்லாசங் கொண்டிருப்பேன்...

கார்மேகப் பூங்குழலி
கருஞ்சாந்துப் பொட்டழகி
கருவாச்சியெங் கண்ணுமணி
உன் காதலுக்காய் ஏங்கிச் சாகும்
சாலை வீட்டுச் சமீன்தாரு...
சித்த இங்க கண்டுக்கடி.

165. மக்கிப்போகாத மலம்

தொடரும் இரயிலின் இரைச்சல்...
என் எதிர் இருக்கையில் நீ
கண்ணொடு சில உரையாடல்கள்...
காதலாகிக் கசியுமோ எனக் கனாக்கண்டேன்.
பார்த்தாலே தெரிகிறது... நின் கொழுநன் இறந்தானென்று...

"அம்மா" என ஓடிவந்தது உன் குழந்தை...
உடனே என்னுள் ஒரு கள்வன்
காதலை விழுங்கப் பார்க்கிறான்.

ஏன் அதற்கு நீ தகுதியற்றவளா என்ன?
அல்லது...
என் மனத்துக்கு அத்தகுதி இல்லையோ!
சில எண்ணங்கள் மாற்றம் பெறுவதே இல்லை.

166. நாணம்

நீ...நான்...
நடுநிசியின் நிலவொளியில்
நடுக்கமும் நலக்கமும்
நம்மிடையே இடைவெளியும்
நசிந்து நலிவுற்றபின்பு...

என்னை இழந்துநான் தேடும் வேளைதனில்
நிலவுக்குக் கண்பொத்த
கருமேகங்கள் கைகொடுக்காதோ!
எனது நாணம் நீயன்றி வேறாரும்
காணத் தகாதது என் மௌனத்தாரகையே!

167. சின்னச் சின்ன ஆசை

அம்மா...உன் கார்மேகக் குழல்தனில்
மீன் பிடிக்க ஆசை.
எட்டிநிற்கும் வானவில் அதை
எழுந்து பிடிக்க ஆசை.
துள்ளியோடும் மானினம் அதைத்
தாண்டி ஓட ஆசை.
பரந்துவிரிந்த வான வெளிமுழுதும்
பறந்து திரிய ஆசை.

கலைவளர்க்கும் தீந்தமிழ் அதைத்
தெளிந்துணர ஆசை.
பாட்டில் சிறந்த பாரதி- அவன்
பாட்டில் முகிழ ஆசை.
தெள்ளறிவு வள்ளுவன் தன்
குறள்வழி நடக்க ஆசை.
காலமாளும் கம்பன் தம்
காவியம் ஆள ஆசை.

கன்னித்தமிழ்ப் புலவரெலாம்
கண்ணில் காண ஆசை
படித்து முடிப்பாரை என்கவி
பரவசத்தில் ஆழ்த்த ஆசை.

168. எதிரிகள் வேண்டும்

நான் சாகவேண்டும்
என நினைத்தவன்முன்
வீழ்வதுபோல் வீழ்ந்து
அவனுக்கோர் அற்பமகிழ்வுதனை ஈந்துவிட்டு...
துளிர்த்தெழும் சுகம் இருக்கிறதே
அடடா!
இதற்கேனும் இன்னும் இரண்டு எதிரிகள் வேண்டும்.

169. மையுக்கு முக்தி

உனது கண்களைக் கருச்செய்வதற்குள் - அந்தப்
பிரம்மனுக்கும் பித்து முத்தியிருக்குமே!
மானிடனாய்ப் பிறந்து பயனென்ன பெற்றேன் யான்?
அற்ப மையாய்க் கிடந்திருந்தால்
அவள் விரல் நுனியில்
முக்தி பெற்று...
கண்ணொடு கலந்திருக்கலாம்.

170. வெட்கத்தை வெளியே விட்டுவிடாதே

அல்லி அலராது
அனிச்சம்பூ பூக்காது.
அன்னங்கள் அசையாது
ஆணினங்கள் உறங்காது.

மயில் ஆடாது
மானினங்கள் துள்ளாது.
வெயில் விலகாது
வேனில்காற்று வீசாது.

கண்ணே...
பூமி சுழலாது
பூவினங்கள் நாறாது.

171. கனிதமரத்து அடியில்

நெருங்கின் தண்ணளித்து
நீங்கின் வெம்மைதரும்
பெண்மையெனும் பெருந்தீ...

அத்தீ பொருந்தி,
பசுமரத்து அடியினிலே
பசுங்கிளியவள் பதிந்திருக்க...
ஆடிக்காற்றுக்கு அழகாய்- அன்னவளின்
பாவாடை பரதமாட...
கரம் அதை அடக்குவதாய் பாவனைகள் பலசெய...

கலைகளின் சங்கமமாய்
கனிதமரத்து நிழலினிலே
கனிவாளைக் காண்மின்!

172. பிச்சை

எனது பொய்க் கோபங்களும்
குசும்சு தழும்பும் குறும்புகளும்
எதற்கென்று உனக்குத் தெரியாதா?

"என்னை மன்னித்து விடு! "என
நான் விழியுருட்டி நிக்கும்பொழுது...
நீயோ ஊடல் மிக; அதனினும் காதல் மிக...
விழிசாய்த்து ஒரு ஓரப்பார்வையும்
இதழோரமாக ஒதுக்கிய ஒரு சிரிப்பும்
எனக்கு ஓயாமல் பிச்சையிடுவாயே...
அந்த சுகம் இருக்கிறதே... அடடா!
என் வாழ்வின் சுகமனைத்தும்
வசந்தமே நின் காலடி எனத்தோன்றும்.

173. இந்தியா எப்போது வல்லரசாகும்

அம்பானி பிழைத்தால் அவரைத்
தலைதூக்கிக் கொண்டாடும் இச்சமூகம்,
அருக்காணி பிழைத்தலுக்கும் வழிசெய்து
அவள் வாழ்வை உயர்த்துமானால்,
இந்நாடு வல்லரசு மட்டுமல்ல...
நல்லரசாகவும் மாறும்.

174. வரையறை

"காதல் யாதென வரையறுப்பாயா?"

எனக் கேள்விக்கணை தொடுப்போருக்கு...

காற்றை வரையறு... காதலை வரையறுப்பேன்...

இரண்டும் கட்டுக்குள் அடங்கா

காண முடியா... உணரலாம்.

மெய் தீண்டல் சுகந்தரும்...

இரண்டின்றியும் உயிர்கள் சடம்.

175. சேற்றுக்குக் கொழுப்பைப் பார்

அழகுவாய்க்கா வரப்போரம் - என்ற
அக்காமக அருக்காணி
செந்நெல்லுக் காட்டுக்குள்ள
செங்காந்தள்போல் பூத்திருக்க
வெச்ச நாத்து வேரூனும்
வெகுசனத்துக்குச் சோறுபோட...
மேலேறி நின்னுக்கடி...
வயக்காட்டுச் சேறெல்லாம்
வஞ்சியுன் கால்தொத்தி
வீடுவர உலாவுதடி.

176. எங்கிருக்கிறாய் கண்ணா

கன்னம் தீண்டும் காற்றே- என்
கண்ணன் வரவு நீ அறிவாயா?

ஒளிர்ந்து தேயும் மதியே - அவன்
ஒளியுமிடம் நீ அறிவாயா?

மரந்தாவும் குரங்கே என்மதியே- என்
பரந்தாமன் பதியுமிடம் அறிவாயா?

அடக்கண்ணா! உன்னை என்னுள்ளே அடக்கிக் கொண்டு
புறமெல்லாம் புலம்புகிறேனே...
மைநிறனே என் மெய்நீ கண்ணா.

177. முதுமை- கொஞ்சப்படா குழந்தைப் பருவம்

திரையோடிய தோலையும்
நரையோடிய தலையையும்
தன் வாரிசு வருடாதோ
என ஏங்கி ஒடுங்கும் உயிர்...

"இறைவா நீ ஆணையிடு
தாயே எந்தன் மகளாய்மாற"
எனப் பாடினாயேடா படுபாதகா!
இப்போது உன் தாய்
உண்மையிலேயே உனக்குக் குழந்தையானாளே...
அவளை காப்பகத்தில் கொண்டு தள்ளினாயே!

நீ குழந்தையாய் இருக்கும்போது உன் தாய் அப்படி யோசித்தி-ருந்தால்...

ஊட்டிய பால்தான் ஊறு விளைவித்ததோ!

178. பந்தம்

நீ மாற்றானது கழுத்தில்
மாலையாகப் போகிறாய்
என்பதை நன்கறிந்தும்...

நீ மணப்பீடம் ஏறியதும்...
"நீ எங்கிருந்தாலும் மகராசியா இரு! "
எனச் சிந்திய துளி கண்ணீரும்
சிதறிய குறு அரிசிமணியும் சொல்லும்...
நம்மிடையே இருந்த பந்தம் என்னவென்று.

179. ஏன் என்னை விட்டுச் சென்றாய்

பிறப்பெனும் படகு நீங்கி
பெருந்துரோகம் செய்தாயே!

அனைத்து தடைகளையும் தகர்த்தேன்...
தோள்சேர்ந்து நீ நின்றதனால்...
என்முன்னே அணையையே கட்டிவிட்டாயே!
என்செய்வேன்?

எழுதுங்கள் இவன்கோவில் கல்வெட்டில்...
"நான் தேர்ந்தெடுத்த தந்தை
என் மனத்துள் புதைக்கப்படான்" என்று.

180. உழைப்புக்கு ஏது ஊதியம்

மைதானத்தில் புல் நனைஞ்சா
முணுமுணுக்கும் பாவி மக்கா!
என் வீட்டில் நெல்நனஞ்சு நாசமாப்போச்சே...
எவனாச்சும் கேட்டீங்களா!

வியர்வையில விதை வெதச்சு
உழைப்பை உரமாயிட்டு...
ஊருக்குத்தானே அறுத்துக் குடுத்தேன்,
நானே வா சுருட்டி வெச்சேன்?

"காசு குடுத்துத்தான் வாங்குனேன்"னு
கண்ணியம் பேசுறவனே
சித்த இங்க கேளு...
நீ குடுத்தகாசு பொருளுக்குத்தான்...
என்னோட உழைப்புக்கு இல்ல.

181. அவள் அந்தாதி

நீல விசும்பினிடை நின்
முகங் கண்டேன்
கண்ட அம்மதியை என்
உளங் கொண்டேன்.

கொண்டநின் வதனத்தால் என்
மனம் பேதலித்தேன்
பேதலித்த என்மதியை வெண்மதியே
நீ தெளிவிப்பாயோ!

தெளிவிப்பாய் என நாடிய மனதைக்
களவு எடுத்தாயே!
எடுத்த களவை இப்போதே கொடு
ஒரே கடைப்பார்வையினில்.

182. எதுவும் கடந்து போகாது

"இதுவும் கடந்து போகும்"
எனக் கதைப்பவர்களைக் கேளாதீர்!
அவ்வார்த்தை ஒரு மாய வலை.

அதனுள் அகப்பட்டுவிடாதே!
எதுவும் அதுவாய் கடந்து போய்விடாது...
நீதான் அதனைக் கடக்க வேண்டும்.

183. என்று தணியும் இந்த அடிமையின் மோகம்

"என்றாவது ஒருநாள்
என்வாழ்வு எனக்குப்
பிடித்ததுபோல் மாறும்"

என எனக்குநானே பீடித்த வலையினுள்
அடிமைப்பட்டுக் கிடக்கிறேன்...
இதனைத்தான் பாரதி அடிமைத்தனத்தில்
மோகம் கொள்வதென்றானோ!

184. நீ... நான்

நிறைந்த மணற்தரை
நகைக்கும் நடுவெய்யில்...
நின் காதோரம் கிசுகிசுத்து
கம்மலோடு போட்டியிடும் எனதிதழ்...

எனது நாசியின்மிசை
நடமாடும் நின் கார்குழற் சிறுயிழை...
அடடா! கம்பன் இங்கில்லாது போனானே
அவன் கெட்டித்தனத்திற்குப் பரீட்சை வைத்திருக்கலாம்...

185. கொடுமைக்காரக் கண்ணன்

கோழிமுட்டைக் கண்ணுருட்டி
கோவப்பழ இதழ் விரித்துக்
கோதை இந்த இராதையினைக்
கொத்தியே தின்றாயடா கண்ணா!

வரம்பெற்ற வேய்ங்குழலே - அவன்
இதழ்த்ச்சுவை நீயறிவாயா?
வாய்மேவும் வெண்சங்கே
நீயும் அறிவாயா?
திருட்டுக் கண்ணன்...
எனக்கு மட்டும் அநியாயம் இழைத்துவிட்டான்.

186. காவலும் காலனும்

ஊடலெனும் ஊறுகாயைத் தொட்டுக்கொண்டு,
காதலெனும் களிமதுரம்
கசியக் குடித்துத்தீர்ந்தால்...
நிதானம் எங்கிருந்து வருவது!

எல்லாம் அவள் கண்ணுள்ளே
புதையுண்டு புழுங்கிற்று...
இனி எமக்குக் காவலும் காலனும் இவள் இருள்விழியே.

187. சான்றோன் எனக் கேட்ட தாய்

ஏப்பா எசமானே!
என்னப்பெத்த இராசாவே!
சித்தநேரம் உக்காந்து
சிறுமூச்சு வாங்கிக்கப்பா...
நீபடும்பாடு நாய்படுமா பேய்படுமா...
நெசவுத்தறி நூல்படுமா
கொல்லன்கைப் பொன்படுமா.

கோயில்கட்டிக் கும்புட்டாலு
கால்தூசுக்கு நிக்குமாய்யா!
பத்துமாதம் உனைச்சுமந்து
பெத்தெடுத்த பாதகத்திக்கு
இதுக்குமேல என்னய்யா வேணும்?

அடுத்த பொறப்பு எனக்கிருந்தா...
எய்யா சாமி!
உனக்குப் புள்ளையா பொறக்கனும்டா ராசா.

188. மெய்

உன் கண்ணில் நீர்வழிந்தால்
என் உள்ளத்தில் உதிரம் ஊற்றுதடி...
வீழ்ந்துதெறிப்பது கண்ணீரல்ல
என் உயிரென்பதை நீ அறிவாயா?

அடடா... நான் வைத்திருக்கும் அன்பு ஆணித்தனமானது
அதை அறியாமையின்பாற்பட்டோர் ஆபாசமென்பர்...
என் காதல் எத்தகது அறிவாயா?
அதனை ஆண்டவனிடம் அற்பித்திருந்தால்
பக்தியில் பழுத்து முக்தியெனும் பேறுபெற்றிருப்பேன்.
அன்பே ஆருயிரே
அழகுரதமே அன்னமே!
உன் அங்கத்தில்
அந்த வேல்விழியைத் தழுவிட
தீண்டும் தென்றலாகவும் தயங்கேன்.

ஆயிரம்பேரெனை விழிகொண்டு அடித்தாலும்
காதல்கக்கும் உன்கனிப்பார்வை தனித்தறிவேன்...
என்கண்ணே கண்ணின் மணியே!
பூந்தோட்டத்துப் புவன சுந்தரியே!
பூத்துநிற்கும் பதுமையுனை - பூந்தென்றலும்
தீண்டிடாது தடுத்துநிற்பேன்...

இனிநானே நின் தந்தைதாயுமென

நம்பி வா... உனக்கு வாகை சூட்டி
எனது மனப்பீடத்துள் ஏற்றிடுவேன்.

189. முள் கொடுத்த முத்தம்

சிலம்பு சிரித்தாடும் - என்னவளின்
செங்காந்தள் செவ்வடியில்
முத்தி சித்தம்வேண்டி
முள்ளொன்று முத்தமிட்டது...

என்ன அதிசயம்!
முள் முத்தமிட்டவுடன்
ரோஜா அலர்கின்றதே!

190. குரல் கேட்டுக் குயிலுருவம் வரையாதே

காணக் குளிர்சோலைபோலத்
தெரியுமொருவன் தன்னுள்
முட்புதரை அடக்கிவைத்தல் கூடும்...

பாலில் ஒருதுளி விடமேற்றினால்
இனிப்பாய்த்தான் இரும்
பருகினால் நாம் இரோம்!
பாகற்காய் மெய்க்கு எவ்வளவு நல்லதாயினும்
அஃது கசப்பாய்தான் இரும்.

191. தகிக்கும் தாரகை

உன்னொடு நான் அன்புமொழிபேசிய சொற்பகணங்கள்
நிலவொளியில் மறையும் விண்மீன்போல்...

எனினும் அவை கதிரென உருவீங்க
சொல்லுண்ணா நிலையிலெனைத் தள்ளித்தாழிட்டது...
தனிமைக்கு இப்படியொரு தன்மையுண்டோ!

192. அன்பை அறிதல்

தாயன்பு தானுணர
உயிரிருந்தால் போதும்,
தந்தையன்பு தான்தெளிய
தெளிந்தநல் லறிவுவேண்டும்.

உலகினைநீ கண்டுணர
தோள்மேலே உயர்த்துபவர்,
உன்முகச்சிரிப்பு தனைக்காண
மூட்டைபல சுமப்பவர்...
வீட்டுப்பசி தீர்த்துவிட
வெறும்வயிற்றில் திரிபவர்.

இன்னுமா மகத்துவம் விளங்கவில்லை...
ஒருகணம் கண்மூடி
தந்தையற்ற நிலையினைத்
தானே நினைத்துவிடும்.

193. மிகைநாடி மிக்கக் கொளல்

யாரை நீ கெட்டவன் என்கிறாய்?
நீ நல்லவனாய் இருக்கிறாயெனில்
காரணங்கள் இரண்டு...

கெடுவதற்கான சூழல் வாய்க்கவில்லை,
அப்படி வாய்ப்பினும்
மானம் போய்விடுமோ என்ற பயம்...

இவ்விரண்டும் இல்லையெனில்
நானும் கெட்டவனே.
பூனையை மூலையிலிட்டுத் தாக்கிப்பார்...
அது புலியாக மாறும்.
சூழலுக்கேற்பச் சுழல்பவன் மனிதன்...

194. தமிழமுதே

ஒருகால் அகவையிலே தமிழமுதே
உனையெண்ணி நானேங்க தமிழமுதே
எனைச்சேர வாக்களித்தாய் தமிழமுதே
எங்கே மறைந்துளாய் தமிழமுதே
என் ஆவி துடிக்குதடி தமிழமுதே!

மாற்றான்வாய் உனைவசை உரைத்துநின்றால்
அவன்வாய் பிளக்கத்தோனுதடி தமிழமுதே
ஊரார் உனைமெச்சும்போதினிலே
உடல்சிலிர்த்து உருகுதடி தமிழமுதே...

பாதியுயிர் போனதடி தமிழமுதே
உன்பார்வைபட விழித்துள்ளேன் தமிழமுதே...
உயிர்பிரியும் வேளையிலும் தமிழமுதே
உற்றதுணை நீயென்பேன் தமிழமுதே.

195. காமம் கசப்பல்ல

காமம் என்பது கடவுளுக்கு நிகராகும்
படைக்கும் பொருளை பரம்பொருள் என்போம்...
துணைநிற்கும் உணர்வும் கடவுளுக்கு நிகரன்றோ?

காமமென்பது உடற்களிப்பு மட்டுமன்று...
கலைகளாகவும் வெளிப்படுவது.
பாரதியின் காமம் என்பது
அவன் பா தரும் பரவசம்.
கம்பனின் காமம் யாதெனில்
அவன் கவிஈயும் களிப்பமுது.

நாறும் சாணமே செடிகளுக்கு நல்லுரமாம்
சிற்றின்பக் காமமே பேரின்பக் கலைவளர்க்கும்...
காமமெனும் கடலை மூழ்காதுகடக்க
ஞானமும் தெளிவும் தெள்ளியதோர் தெப்பமாம்.

196. நிகழ்காலம் என்ற எழுத்தாணி

நிகழ்காலம் என்ற எழுத்தாணி ஒவ்வொரு எழுத்தையும்
வருங்காலம் என்ற பேரேட்டில் பதிக்கிறது...

தவறு செய்வது என்னவோ நொடித்துளிகள்தாம்
எனினும்...
தண்டனைகள் என்னவோ யுகங்களுக்கு.

நொடிகளை நெறிசெய்தால்...
காலமெனுங் கடியினின்று தப்பலாம்.
அனுபவிப்போர் அறிவர்....

197. நற்சொல் நாடி

உந்தன் உச்சிமணி ஒளிருதடி
பச்சிருள் வேளைக்கு இதமாக...
விரிகருங் குழலுமே மணக்குதடி
மாசறு மல்லிகையும் மயங்கிவீழ.

ஒளிருமுன் விழிகட்கு ஒளிசேர்க்க
இருட்டெடுத்துத் தீட்டினையோ!
பொய்யோ எனும் இடையில்
மேகலை மெட்டியது சூத்திரமோ!

பாதம் இரண்டதனுள் பதிந்தேனடி
அன்ன நன்னடையின் நயமதுவோ!
ஊறுசுவையே ஊனமறு நல்லழகே...
சற்றே பொறை காப்பாய்...
தமிழென்னும் தண்கடலுள் தாழ்ந்துள்ளேனடி...
நங்கையுனக்கு நற்சொல் நாடி.

198. மாமரமே போய் வா

தேடியொரு விதை விதைத்தேன்
தெளிந்தநல் நீரிரைத்தேன்
தவழ்ந்துநீயும் வெளிவரவே
தந்தையெனக் காவல்நின்றேன்...

பாங்கு பல நான்செயவே
பக்குவமாய்ச் சமைந்துநின்றாய்
உன்னப்போய் வெட்டுவேன் என்கிறான்...

எங்கே போகப் போறியோ?
கீதை அச்சிடும் தாளாகவா?
கவர்னர் வீட்டுக் கதவாகவா?
போகற இடத்திலும் மகராசியாயிரு...

என்னோடு சேர்ந்தொரு சீவனும்வாடுதடி....
மூன்றுமுளை விட்டெழுந்த
நீ பெற்ற பிள்ளையடி...

199. கனிச்சுவை காயின் இனிது

திரைவிழுந்த நெற்றியதில்
முத்தமொன்று தருவாயா?
சத்தற்றுக் கிடக்குமெனைத்
தமிழ்பாடச் செய்துவிடும்.

உன்பால் குடித்த மிருகமது
பசியாறியதும் ஓடியது...
ஓடினால் ஓடட்டுமே...
பாதமாக நீயிருக்க
பாதையாக நானுள்ளேன்.

எவன் கூறினான்?
நீ தள்ளாடும் கிழவியென்றும்
நான் தலைநரைத்த கிழவனென்றும்...
எண்பதின் காதலுக்கு
இளசுகள் மண்டியிடனும்.
உன்முந்தானைச் சீலைவாசம்
முந்நூறு யானைபலம்.

200. தெருமுக்குத் தேநீர்க் கடை

வைத்தவனுக்கு வாழ்வாதாரம்,
சிற்றாளுக்கோ செல்வச்
சிரிப்பாடும் சித்திரம்,
இளசுகளுக்கு இனிக்கக்கூடி
களிக்கும் களம்...

கல்யாணம் கழிந்தவன்
தனித்திருக்கும் மறைவிடம்,
வேலை அற்றவனுக்கும்
விறுவிறுப்பான ஓரேயிடம்...

ஊருநாயம் உலகநாயம்
உடைந்து கசியுமிடம்,
சீமையையே சிலிர்க்கவைக்கும்
சட்டசபை ஆனயிடம்...

எமக்கோ...
என்னவளின் தரிசனமும்
ஓரவிழிப் பார்வையும்
ஊரறியாது பெற்றுவிட ஓரேகோவில்.

201. அதென்ன நான்...நீ

கண்ணா...

என் மார்புதனில்

மணியாகிப் புதைந்தவனே...

எனது உச்சியினில்

மல்லிகையாய் மலர்பவனே...

எனது விரலிடையில்

மேகலையாய்த் தவழ்பவனே...

என் செவ்வடியில்

சிலம்பாகிச் சிரிப்பவனே.

எனது செருக்கின் வித்தே கண்ணா!

எனதிந்த உணர்வினை

எத்தனையோ விதம்சொல்வர்

எத்தனையோ சொல்லட்டுமே...

நீ அறிவாயல்லவா?

நான் உன்மீதுவைத்துள்ளது என் உயிரையென்று

உணர்வைமட்டும் வைத்துவிட

நானுன் காதலியல்ல...

நான் என்பதே நீயல்லவா!

202. நியூட்டனின் மூன்றாம் விதி

நியூட்டனை அறிவுலகம் மெச்சுகிறது
எனினும் அவனது மூன்றாம்விதி
என்னவளிடத்தே பொய்த்துப் போனதே!

நானோ காதலையும் அன்பையும்
அளவின்றி அளித்துக் களைத்தேன்,
அவளிடமிருந்து எதிர்வினை ஏதுமே வந்தபாடில்லையே!
அன்புக்காக அருந்தவம் ஆற்றுகிறேன்,
பெண்ணே...ஒரு துரோகமாவது செய்துவிட்டுப் போயேன்!

203. அம்மா

முத்தான மூன்றெழுத்துக் கவிதை
என்னைக் காணும் முன்பே
காதலித்த சீவன்...

எனது ஊன் வளர்க்க - உனது
உதிரத்தை அல்லவா அளித்தாய்...
தமிழும் நினைக் கண்டு
பொறாமை கொண்டாள் போலும்...

அதனால்தானோ அவளையும்
தமிழன்னை என அழைக்கிறோம்.
நிச்சயம் பூரித்திருப்பாள்...
அவளுக்கு அளித்தது
உலகின் தலைசான்ற பட்டமல்லவா!

204. கண்ணம்மா

கன்னித்தமிழ்ச் சுவையே கண்ணம்மா
கண்ணுக்கு இனியாளே!
பண்ணிசை மொழியாளே கண்ணம்மா
பதுமையே பசுந்தேனே!

பனைச்சாற்று வெல்லமே கண்ணம்மா
பிள்ளைக் கனிவாயமுதே!
சீலைபோர்த்திய சிலையே கண்ணம்மா
சின்னஞ்சிறு கிளியே!

வேல்விழியால் தாக்கினையோ கண்ணம்மா
வேதனை மேலுதடி...

205. திருத்தம்

தமிழகராதியே!
உன்னில் ஓர் திருத்தம்செய்
'கற்பழிப்பு' எனும்சொல் அர்த்தமற்றது...

கற்பை ஆக்கியவனும் அழிக்க இயலாது
அதனை விரும்பி இழக்கதான் இயலும்.

"ஒரு ஆண் பெண்ணொருத்தியை கற்பழித்தான்" எனப் பிதற்று-
வதை விடுத்து
"ஒரு ஆண் தனது கற்பிழந்தான்"
என முரசறைவாய் ஊடகமே!

206. என் பேனாவே

உன் மெல்லிடையில் - என்
விரல்வந்து மேவியதும்
நாணம் மேலிடத்
தலை கவிழ்த்தாயோ?

பயிர்ப்பெதற்கு என் பத்தினியே!
புதுமணம் புரிந்ததாலா?
மௌனம் களைந்து
மெல்லிதழ் மையால்
வெற்றுத் தாளில்
வேதம் செய்வாய் என்கண்ணே!

உன்னோடு சுகித்ததாலன்றோ
இன்றளவும் சுவாசித்திருக்கிறேன்.

என்தாய் தமிழுக்கேற்ற மருமகளே!
உன் சொல்லால் - என்னை
உலகறியச் செய்பவளே!
நிமிர்ந்த நிலையினில்
என் மார்புக்கு
மணியான பேனாவே!

207. பதில்மடல்

தலைவா என் இறைவா!
போர் போரென முரசறைந்து
பெருங்களிறு கழுத்தமர்ந்து சென்றீர்...

களம் தீண்டிடும் காற்றையுங் கேட்டேன்,
ஒருசெய்தியம் அறிந்தேனில்லை...
மோதிரம் வளையலாக இளைத்தேன்.

உன்மீசையெனும் முள் குத்த
முத்தமெனும் முத்திரையிடத்
தாமென் முன்வருவது எக்காலம்?

காதலெனுங் கலமேறி
இல்லறப் பாய்விரித்து
கூடிக் களிப்பதுவும் எக்காலம்?
பதில்மடல் இயற்ற வேண்டா...
நினையும் போதும்.

208. கண்ணே கண்ணா என்சுயமே

உந்தன் வேய்ங்குழல் தீங்கானம்
செவியை நன்றாய்ச் சீண்டிவிட்டு
எந்தன் உந்திசென்று உலுக்குதடா!

மூளையில்லா மூங்கிலாய்ப் பிறந்திருந்தால்
உன்தேன் சொட்டும் பூவிதழ்
சுவையறிந்து சுகித்திருப்பேனே!
மூளையெனும் ஊளையினால் ஊனமுற்றுப்போனேனோ!

முத்தமொன்று பெறவேண்டி
சித்தத்தைச் சிதற அழித்தேன்.
பேதையிந்த இராதையினை
அள்ளியெடுத்துச் சூடிக்கொள்
உன் உச்சியினில் மயிலிறகாய்.

209. ஏன் இந்தப் பேதம்

என்னுள் ஊறும் உதிரமே
உன்னுள்ளும் ஊறுகிறது...
என்னுள் துடிக்கும் இதயமே
உன்னுள்ளும் துடிக்கிறது...
என்னுள் தகிக்கும் ஆசையே
உன்னுள்ளும் தகிக்கிறது...

எனினும்...
என்னுள் புகுந்த காதல் மட்டும்
உன்னுள் புகாததேனோ?

210. ஆண்மையும் பெண்மையும்

என்னுள் நீ; உன்னுள் நான்
பாலுடன் தேனெனக் கூடிக் கலந்தோம்.
பதுமை உன்னிடமே முதலும்கடைசியாக - என்
ஆண்மை அற்றுப் போனது...

எவ்வாறு என்றா கேட்கிறாய்...
ஆயிரம் வேல்கள் எதிர்வரினும்
இமையா என்விழியும் சித்தமும்
உன்வேல்விழித் தாக்குதல் கண்டஞ்சி
நாணித் தலை கவிழ்ந்ததே...

நீயும் அக்கணமே பெண்மையிழந்தாய்...
நாணம் உற்ற என்விழியை
நேரே நோக்கினையே.

211. குற்றங்களும் தண்டனைகளும்

குற்றம் ஒன்று புரிந்தவனைக்
கூண்டினுள்ளே போட்டு அடைத்தால்
குற்றங்கள் குன்றுமா என்ன?

மன மாற்றம் ஒன்றே
யுக மாற்றத்தின் வித்தாகும்.
ஒரு மனிதனாக வாசியுங்கள்...
நீதிபதியாகவோ வழக்கறிஞராகவோ அல்ல.

கொலை ஒன்று புரிந்தவனுக்குச்
சாவின் வலியை உணர்த்திடும்...
கொலைகள் மீண்டும் நிகழா.
கொன்று குவிக்கும் தீவிரவாதியைப்
பிரசவ அறைக்கு இட்டுச்செல்லுங்கள்...
உயிரை உருச்செய்யும் வலியறிந்தால்
உயிரினை அழிக்கத் துணியமாட்டான்.

கற்பினைக் கலங்கடிக்கும் காமுகனுக்கு
அன்னையவள் அப்பழுக்கற்ற அன்பினை
அளவின்றி அளித்துப் பாருங்கள்...
உண்மைச் சுகம் யாதென்றறிவான்.
குழந்தைகளைக் குலைக்கும் கொடியோனுக்கு

மழலையின் மாசற்ற அன்பை
அள்ளிக் கொடுத்துப் பாரும்...
குழந்தைகளைக் கொண்டாடி மகிழ்வான்.

முடிந்த அளவுக்குச் சொல்லித் தாருங்கள்...
குற்றம் நிகழ்வதற்கு முன்பே.
அன்னையரே நும்பிள்ளையரிடம் பகரும்
கொங்கையென்பது காமத்திற்கான பொருளல்ல...
அன்னைவடிவம் பூண்ட ஆண்டவன்
அவனிஉய்க்க அமுதளிப்பதற்கு என்று.
பெண் பூப்பெய்தி வலிபொறுப்பதெல்லாம்
தீட்டெனத் திட்டுவதற்கு அல்ல...
தரணி தழைக்கச் செய்வதற்கென்று.

ஆணும்பெண்ணும் கூடிக் கலப்பதை
ஆபாசமெனுந் திரைதனை விலக்கி...
அனைத்துயிர்க்கும் அடிநாதமென விளக்குங்கள்.
அனைத்து மிங்கு இயல்பானால்
குற்றங்கள் இனி ஏது?

மறைத்தல் குற்றத்தின் குறியீடு...
அன்பை நிறைவாய் ஊட்டுங்கள்...
ஆண்பிள்ளையை ஆணாக அல்லாது,
பெண்பிள்ளையைப் பெண்ணாக அல்லாது,
இருவரையும் மனிதனாக வளருங்கள்.

ஒப்புக்கொள்ளல் கடினம் தான்...

மறைத்தலே குற்றத்தின் வித்து.

தக்க சமயத்தில் தக்க விடயங்களை

தகுந்த பொருள்கொண்டு தங்கள் பிள்ளைகளிடம் பகிர்ந்துவிட்-டால்...

நீதி மன்றங்களுக்கு நிவாரணம்.

212. என்ன சொல்லி அழ

பத்துவருசத் தவம் - எந்தாயி
பத்தியங்கள் நாங்கிருக்க - உங்கம்மா
மணிவயித்துல மணியே நீ வந்த...
கட்டுத்தரை வேலையில அவளுக்குக்
கருவுஞ் சுமக்கையில, அடிவயிறு கனக்கையில
கல்லுங் கறையும்வலி பெருவலியும்
அவபொறுத்துத் துடிக்கையில...
கருப்பட்டிக் கட்டியென, கட்டித் தங்கமென
எங்கருப்பாயி நீ பொறந்த.

ஏர்புடிச்சு உழுத கையில்
ஏந்திழை உன்ன நானேந்த
கையோட சேர்த்து உசுரும் நடுங்கியதடி...
கன்னத்துல ஒரு முத்தமிட்டு
உச்சி முகரயிலே வல்லுசுரும் வளையுதடி.

தொட்டிலிலே போட்டா துடையில அழுந்துமின்னு
என் தோளிலே தூங்கவெச்சு
தூளியாட்டி மகிழ்வேனே...
மண்ணிலே கால் பட்டா
புண்ணாகிப் போகுமின்னு- என்
கைமேல நடைபழக்கிக்
கலகலனு சிரிப்பேனே...

காலமுங் கழிஞ்சோட - உனக்கும்
கல்யாணம் ஆயிட்டுதே கண்ணே
கருமணியே என் கண்ணைவிட்டு நீபோனா
இந்தப் பாங்குருடன் என்ன செய்ய!

உன்னப் புறந்தள்ளப் பொறுத்த தாயி
புறமனுப்பத் தாங்காம புரண்டு புலம்புறாளே...
இந்த அப்பன் கண்ணுல
சொட்டு நீரைக் காங்கலியே
கல்நெஞ்சன் கரடன் இவனென
முடிவும் செய்தியாம்மா?

நீ அவனோடு போகயில
முட்டி மோதிய கண்ணீரெல்லா
"அப்பா நான் போயிட்டு வாரேன்"னு
நீ ஒருசொல்லு சொல்லையில...
பாழான வெளிநிலத்துல விழுந்த
பாழும் பனித்துளிபோல் வறண்டே போயிட்டுதே!

எம்பட கண்ணீரைக் கூட எடுத்துட்டுப் போரியே...
எந்தாயே! நா எங்கிருந்து அழ!
என்ன சொல்லி அழ!

213. போர்

ஆம் போர்தான்...
வானமே எல்லையென வடமலையே தடையுமென
தரணியெங்கும் கலைவளர்த்துத் தமிழாண்ட காலமுண்டு...
சிங்களத்தில் என்குமரி சிரித்தாடிய காலமுண்டு...
வடமன்னர் தம்முடியில் இமயத்தில் கல்லெடுத்துப்
பத்தினிக்கோர் கோட்டங்கண்டு கட்டியதோர் காலமுண்டு...
அவர்கள் தமிழ் வளர்ப்போமெனப் பறைசாற்றியதில்லை.

இப்போது...
கடலோர் கயவனது, நீரோ நீச்சனது
மலையோ மாற்றானது...
நான் வீதியில் போகவா?
ஐயோ! அது எவனதோ?
பெப்சிக்கு நீரிருக்கு மீத்தேனுக்கு நிலமிருக்கு
அந்நியனுக்குப் பணமிருக்கு...
எனக்குக் கோவணமாவது மிஞ்சுமா!
அன்றி அதையும் பறித்துக் கட்சிக்கொடியாய்க் கட்டுவீரா!

எங்கு சென்று மாரடிப்பேன்...
மரணமே ஏன் வர மறுக்கிறாய்?
ஆனால் ஒன்று...
நீயெனை நிர்வாணம் செய்தாலும்
தன்மானத்தை ஆடையாக்கி
வீரத்தை வேலாக்கி உயிரைத் தேராக்கி வருவேன்.

214. தலைதூக்குந் தலைமுறை காண்போமே

படிபல நடந்து தடைகளைக் கடந்து
பலபடச் சுவைக்குந் தீந்தமிழே!
அமிழ்தென இனித்து ஆவென அளித்து
இனிதென இசைதனை ஈந்தவளே!

உலகின் உயிராய் ஊடல் களைந்த
எழிலின் ஏகாந்தம் செழுந்தமிழே!
ஐந்திணை உடையோய் ஒப்பனை ஒயிலே
ஓசையின் ஔடதம் அருந்தமிழே!

உயர்தமிழ் மணியைப் பாரினுக்கு அணியை
உயிராய் உடைய உறவுகளே...
தண்கொடி யன்ன தமிழ்மொழி கொண்டு
தலைதூக்குந் தலைமுறை காண்போமே.

www.ingramcontent.com/pod-product-compliance
Lightning Source LLC
La Vergne TN
LVHW090322210926
848480LV00001B/326
9798885213059